படைப்பாற்றலும் பிரச்சனைகளுக்குத் தீர்வு காணுதலும்

'பிரையன் டிரேசி வெற்றி நூலகம்'
என்ற தலைப்பின் கீழ்
மஞ்சுள் பப்ளிஷிங் ஹவுஸ்
தமிழில் வெளியிட்டுள்ள நூல்கள்

1. தலைமைத்துவம்
2. நிர்வாகத் திறமை
3. சந்தை நிர்வாகம்
4. ஊக்குவிப்பு
5. தனிநபர் வெற்றி
6. விற்பனையில் வெற்றி
7. நேர நிர்வாகம்
8. தொழில் உத்தி
9. விற்பனை நிர்வாகம்
10. பேரப்பேச்சு
11. வேலைப் பகிர்வும் மேற்பார்வையும்
12. படைப்பாற்றலும் பிரச்சனைகளுக்குத் தீர்வு காணுதலும்

படைப்பாற்றலும் பிரச்சனைகளுக்குத் தீர்வு காணுதலும்

பிரையன் டிரேசி

தமிழில்:
PSV குமாரசாமி

MANJUL
மஞ்சுள் பப்ளிஷிங் ஹவுஸ்

First published in India by

MANJUL

Manjul Publishing House

Corporate and Editorial Office

• 2nd Floor, Usha Preet Complex, 42 Malviya Nagar, Bhopal 462 003 – India

Sales and Marketing Office

• C-16, Sector 3, Noida, Uttar Pradesh 201301 – India
Website: www.manjulindia.com

Distribution Centres

Ahmedabad, Bengaluru, Bhopal, Kolkata, Chennai,
Hyderabad, Mumbai, New Delhi, Pune

Tamil Translation of *Creativity & Problem Solving* by Brian Tracy

Tamil edition first published in 2024 by Manjul Publishing House Pvt. Ltd.

This edition first published in 2024

ISBN 978-93-5543-936-9

Translated by PSV Kumarasamy
Edited by Nagalakshmi Shanmugam
Layout by Manoranjan Kumar

Printed and bound in India by Repro India Limited.

உள்ளடக்கம்

முன்னுரை

படைப்பாற்றல் சிந்தனைத் திறன் உங்களுடைய வெற்றிக்கு அத்தியாவசியமானது. ஒரு மேலாளர் தன்னுடைய நேரத்தில் *50* சதவீதத்தை, தனியாகவோ அல்லது பிறருடன் சேர்ந்தோ, பிரச்சனைகளைத் தீர்ப்பதில் செலவழிக்கிறார். உங்களுடைய தொழில் வாழ்க்கையில் நிகழ்கின்ற அனைத்து விஷயங்களிலும், மற்ற அனைத்தைக் காட்டிலும், பிரச்சனைகளைத் தீர்க்கின்ற, நெருக்கடிகளைச் சமாளிக்கின்ற உங்களுடைய திறன்தான் மிக அதிகமான தாக்கத்தை ஏற்படுத்துகின்ற ஒன்றாக இருக்கும். குறைவான படைப்பாற்றல் சிந்தனைத் திறனுடையவர்கள், படைப்பாற்றல் பொங்கி வழிகின்ற திறனுடையவர்களுக்குக் குற்றேவல் புரிந்து கொண்டிருக்கின்ற நிலைக்குத் தள்ளப்படுவர் என்று சொன்னால்கூட அது மிகையல்ல.

படைப்பாற்றல் என்பது கற்றுக்

கொள்ளப்படக்கூடிய ஒரு திறன் என்பது நல்ல செய்தி. ஒரு மிதிவண்டியை ஓட்டக் கற்றுக் கொள்வது அல்லது ஒரு கணினியை இயக்கக் கற்றுக் கொள்வதைப் போன்ற, கற்றுக் கொண்டு, பயிற்சியின் மூலம் வளர்த்துக் கொள்ளத்தக்க ஒரு திறன்தான் படைப்பாற்றலும். அதோடு, உங்களுடைய வேலையில் நீங்கள் உருவாக்கிக் கொள்கின்ற புதிய யோசனைகளின் எண்ணிக்கைக்கும், நீங்கள் அடையக்கூடிய வெற்றிக்கும் ஒரு நேரடித் தொடர்பு இருக்கிறது. ஓர் ஒற்றை யோசனை அல்லது முன்னோக்கு, ஒருவருடைய வேலையின் முன்னேற்றத்தின் போக்கையோ அல்லது ஒரு நிறுவனத்தின் தலைவிதியையோ மாற்றிவிடப் போதுமானது. உங்களுடைய நிறுவனத்தின் இலாபம், உங்களுடைய வருவாய் மற்றும் வருங்கால முன்னேற்றம் போன்றவை பெருமளவு உங்கள் படைப்பாற்றல்ரீதியான பங்களிப்பை நம்பியே இருக்கின்றன.

நீங்கள் எப்படி இருக்கிறீர்கள், எப்படி ஆகப் போகிறீர்கள் என்பது நீங்கள் உங்களுடைய மனத்தைப் பயன்படுத்துகின்ற விதத்தைப் பொறுத்து இருக்கும். உங்களுடைய சிந்தனையின் தரத்தை நீங்கள் மேம்படுத்தினால் உங்களுடைய வாழ்க்கையின் தரமும் மேம்படும் என்பதை நினைவில் வைத்திருங்கள்.

உங்களுடைய தனிப்பட்ட வாழ்க்கையையும் தொழில் வாழ்க்கையையும் மேம்படுத்திக் கொள்வதற்குத் தேவையான, நிரூபணமான, நடைமுறைக்கு உகந்த, உடனடியாக நடைமுறைப்படுத்தத்தக்க உத்திகளையும் செயல்முறைகளையும் உங்களுக்கு வழங்குவதற்காகவே இந்நூல் உருவாக்கப்பட்டுள்ளது. இந்நூலில் கூறப்பட்டுள்ள செயல்முறைகளை நீங்கள் நடைமுறைப்படுத்தினால், இப்போது உங்களுக்குக் கிடைத்துக் கொண்டிருக்கின்ற விளைவுகளைவிட மேம்பட்ட விளைவுகள் உங்களுக்குக் கண்டிப்பாகக் கிடைக்கும். சில நேரங்களில், உங்களுக்குக் கிடைக்கின்ற விளைவுகளைக் கண்டு நீங்கள் உங்கள் மூக்கின் மேல்

விரல் வைப்பீர்கள்.

துரதிர்ஷ்டவசமாக, பெரும்பான்மையான மக்கள், தங்களுடைய படைப்பாற்றல் சிந்தனைத் திறனைப் பயன்படுத்துவதே இல்லை. அப்படியே பயன்படுத்தினாலும், மிகக் குறைவான விதத்திலேயே அதைப் பயன்படுத்துகின்றனர். கடந்தகாலத்தில் அவர்கள் எப்படி இருந்தார்களோ அதைத் தொடர்ந்து தக்கவைத்துக் கொள்வதில் அவர்கள் முனைப்போடு இருப்பதால், தாங்கள் உருவாக்கி வைத்துள்ள சௌகரிய வட்டத்திற்குள் அவர்கள் மாட்டிக் கொண்டுள்ளனர். இதனால்தான், எமர்சன், "வறட்டுப் பிடிவாதம் சிறிய மனங்களின் துர்தேவதை," என்று கூறியுள்ளார்.

மாபெரும் வெற்றிகளைக் குவிப்பதற்கும் எல்லையற்ற முன்னேற்றத்தை அடைவதற்கும் இருக்கின்ற பொன்னான வாய்ப்புகளில் ஒன்றை அவர்கள் தவறவிடுகின்றனர்.

நாம் முற்றிலும் புதியதொரு நோக்குடன் உலகைப் பார்க்கத் தொடங்கலாம், வாருங்கள்.

அத்தியாயம் ஒன்று

படைப்பாற்றலின் ஆணிவேர்

அனைவருமே படைப்பாற்றல்மிக்கவர்கள்தாம். உயர்ந்த சுயமதிப்பைக் கொண்டுள்ள நேர்மறையாளர்களிடம் இயல்பாகக் காணப்படுகின்ற தன்னிச்சையான ஒரு பண்பு இது. நன்னம்பிக்கை கொப்பளிக்கின்ற ஒரு வேலைச் சூழலை உருவாக்கிக் கொடுக்கின்ற நிறுவனங்கள், தம்முடைய ஊழியர்களிடமிருந்து பீறிட்டுப் புறப்படுகின்ற படைப்பாற்றல் யோசனைகளைத் தொடர்ந்து பெற்று வருகின்றன.

உங்களுடைய படைப்பாற்றலைப் பெருமளவு தீர்மானிக்கின்ற காரணிகள் என்னென்ன? மூன்று காரணிகள் அதைத் தீர்மானிக்கின்றன.

கடந்தகாலத்தின் செல்வாக்கு

உங்களுடைய படைப்பாற்றலைத் தீர்மானிக்கின்ற முதலாவது காரணி உங்களுடைய கடந்தகால அனுபவங்கள். நிகழ்காலத்தில் நீங்கள் எந்த அளவுக்குப் படைப்பாற்றலுடன் விளங்குகிறீர்கள் என்பதைத் தீர்மானிப்பதில் உங்களுடைய கடந்தகால அனுபவங்களுக்குப் பெரும் பங்கு இருக்கிறது. தங்களுடைய பின்புலத்தின் காரணமாகப் படைப்பாற்றலுடன் திகழ்கின்ற நபர்கள் சிறந்த யோசனைகளை உருவாக்கித் தள்ளுகின்றனர். அது அவர்களுக்கு இயல்பாக வருகிறது.

மறுபுறம், படைப்பாற்றல் இல்லாதிருக்கின்ற நபர்கள், எதிர்மறையான சூழல்களில் வளர்ந்தவர்களாக இருக்கின்றனர். அவர்களுடைய குழந்தைப்பருவத்தில் தொடங்குகின்ற அது, அவர்கள் வளர்ந்து வேலைக்குச் சென்ற பிறகும் தொடர்கிறது. வேலைச் சூழல்களில், படைப்பாற்றல் இல்லாத நபர்களாக அவர்கள் முத்திரை குத்தப்படுகிறார்கள். பல நேரங்களில் அவர்களுக்கும் நல்ல யோசனைகள் முளைக்கும். ஆனால், அந்த யோசனைகள் தங்களிடமிருந்து வருகின்ற காரணத்தாலேயே அவை உருப்படியானவையாக இருக்காது என்று நம்பி அவற்றை அவர்களே நிராகரித்துவிடுகின்றனர் அல்லது அவற்றை அலட்சியப்படுத்திவிடுகின்றனர்.

உங்களுடைய யோசனைகள் ஊக்குவிக்கப்படுகின்ற விதத்தில் உங்களுடைய வேலைச் சூழல் இருந்தால், உங்களுடைய மேலதிகாரிகளும் சக ஊழியர்களும் உங்களுடைய யோசனைகளுக்கு மதிப்பும் மரியாதையும் அளித்து அவற்றை சுவாரசியமானவையாகக் கருதினால், உங்களுடைய வேலையில் நீங்கள் படைப்பாற்றலுடன் திகழ்வதாக உணர்வீர்கள்.

நிகழ்காலத்தின் சக்தி

உங்களுடைய படைப்பாற்றலைத் தீர்மானிக்கின்ற இரண்டாவது காரணி உங்களுடைய நிகழ்காலச் சூழல். இப்போது நீங்கள் வேலை பார்த்துக் கொண்டிருக்கும் சூழல் புதிய யோசனைகளைப் பெருமளவு ஊக்கப்படுத்துகிறதா? வேலைச் சூழலில் நீங்கள் புதிய யோசனைகளை முன்வைக்கின்றபோது, உங்களுடைய சக ஊழியர்களால் அவை உற்சாகமாக விவாதிக்கப்படுகின்றனவா? அல்லது, உங்களுடைய யோசனைகள் எள்ளி நகையாடப்பட்டு விமர்சிக்கப்படுகின்றனவா?

1990களில், ஈஸ்ட்மேன் கோடக், 6,000 கோடி டாலர்கள் மதிப்புடைய நிறுவனமாகத் திகழ்ந்து கொண்டிருந்தது. அப்போது அதில் 1,40,000 பேர் வேலை பார்த்துக் கொண்டிருந்தனர். அதற்கு முந்தைய பல பத்தாண்டுகளாக அது எப்படிப் புகைப்படச் சுருள் துறையில் கொடி கட்டிப் பறந்து கொண்டிருந்ததோ, அதைப்போலவே அப்போதும் கோலோச்சிக் கொண்டிருந்தது. பின், அந்த நிறுவனத்தைச் சேர்ந்த அறிவியலறிஞர்கள், பல்லாண்டுகால ஆராய்ச்சிகளுக்குப் பிறகு, புகைப்படச் சுருள், அதைக் கழுவுகின்ற செயல்முறை ஆகிய எதுவும் தேவைப்படாத, 'டிஜிட்டல் புகைப்படம்' என்ற முற்றிலும் புதியதொரு செயல்முறையைக் கண்டுபிடித்தனர். அவர்கள் ஆர்வத்துடன் தங்களுடைய கண்டுபிடிப்பை மூத்த அதிகாரிகளிடம் எடுத்துச் சென்றபோது, அதற்காக அவர்கள் கடுமையாக விமர்சிக்கப்பட்டனர். "இது உருப்படாத யோசனை. நாம் ஒரு புகைப்படச் சுருள் நிறுவனம். நீங்கள் கண்டுபிடித்துள்ள இந்தத் தொழில்நுட்பத்திற்குப் புகைப்படச் சுருளே தேவையில்லை."

அந்தப் புதிய தொழில்நுட்பத்தை மறந்துவிட்டு வழக்கமான வேலைகளில் கவனம் செலுத்துமாறு

அந்த அறிவியலறிஞர்களிடம் கூறப்பட்டது. அதற்குப் பிறகு நிகழ்ந்தவற்றை நாம் அனைவரும் அறிவோம். ஒரு சில ஆண்டுகளுக்குள் ஒரு ஜப்பானிய நிறுவனம் அந்த யோசனையை வாரி அணைத்துக் கொண்டு, டிஜிட்டல் கேமராக்களை அடுத்தடுத்து உற்பத்தி செய்து தள்ளியது. விரைவில் கோடக் நிறுவனத்தின் கதை முடிந்துவிட்டது.

நீங்கள் பார்க்கும் நபர்

உங்களுடைய படைப்பாற்றலைத் தீர்மானிக்கின்ற மூன்றாவது காரணி உங்களுடைய சுயபிம்பம். உங்கள் மனத்தில் உங்களை நீங்கள் எப்படிப் பார்க்கிறீர்கள்? உங்களை ஒரு படைப்பாற்றல்மிக்க நபராகக் கருதுகிறீர்களா? மிக உயர்ந்த நிலையிலான படைப்பாற்றலுடன் செயல்படுவதற்கான சாத்தியக்கூறு 95 சதவீத மக்களிடம் இருப்பதாக ஆய்வுகள் தெரிவிக்கின்றன. ஹார்வர்டு பல்கலைக்கழகத்தில் ஹோவர்டு கார்டனர் என்பவரால் நடத்தப்பட்ட ஓர் ஆய்வு, பல விதமான சிந்தனை முறைகள் இருப்பதாகவும், ஒவ்வொரு நபரும் குறைந்தபட்சம் ஒன்றிலாவது மேதைமை அடைவதற்கான சாத்தியக்கூறுகளைக் கொண்டிருப்பதாகவும் தெரிவித்தது. உங்களை ஒரு படைப்பாற்றல்மிக்க நபராகச் சிந்திக்கத் தொடங்குவதன் மூலம், உங்களுக்குள் இருக்கின்ற படைப்பாற்றலை உங்களால் வெளிக் கொண்டுவர முடியும் என்பது இதற்கு அர்த்தம்.

அக ஆட்டம்

கோல்ஃப் விளையாட்டில் ஒரு தலைசிறந்த வீரராக ஆவதற்கு, முதலில் நீங்கள் ஏற்கனவே மிகச் சிறந்த வீரராக ஆகிவிட்டதைப்போலவும், பல முக்கியப் போட்டிகளில் கலந்து கொண்டு சாம்பியன்

பட்டங்களை வென்றுவிட்டதைப்போலவும் நீங்கள் கற்பனை செய்ய வேண்டும் என்று 'த இன்னர் கேம் ஆஃப் கோல்ஃப்' என்ற நூலில் டிமோதி கால்வே கூறுகிறார். உங்களை ஓர் உன்னதமான கோல்ஃப் ஆட்டக்காரராக மனத்தில் நினைத்துக் கொள்கின்ற செயலே உங்களுடைய கோல்ஃப் விளையாட்டுத் திறனைப் பெருமளவு மேம்படுத்திவிடும்.

அதே நோக்கில் பார்க்கின்றபோது, உங்களுடைய படைப்பாற்றலை மேம்படுத்திக் கொள்வதற்கு, உங்களைப் படைப்பாற்றல்மிக்க ஒரு நபராக நீங்கள் கற்பனை செய்ய வேண்டும். உங்களிடம் நீங்கள், "நான் ஒரு மேதை! நான் ஒரு மேதை! நான் ஒரு மேதை!" என்று மீண்டும் மீண்டும் கூறிக் கொண்டே இருங்கள்.

படைப்பாற்றலில் மிகச் சிறந்து விளங்குகின்ற ஒருவராக உங்களை உங்களுடைய மனத்தில் காட்சிப்படுத்துங்கள். உங்களுடைய படைப்பாற்றலைக் கட்டவிழ்த்துவிடுவதன் மூலம் உங்களால் தீர்க்க முடியாத பிரச்சனை எதுவுமே இல்லை என்று கற்பனை செய்யுங்கள். உங்களால் அடைய முடியாத இலக்கு என்ற ஒன்று இருக்க முடியாது என்றும், எந்த இலக்கை அடைவதற்கும் தேவைப்படுகின்ற யோசனைகளை உங்களால் உருவாக்கிக் கொள்ள முடியும் என்றும் கற்பனை செய்யுங்கள். இரும்பைத் துளைத்துவிடுகின்ற ஒரு லேசர் கற்றையைப்போல, உங்களுடைய படைப்பாற்றல்மிக்க மனம் அனைத்துத் தடைகளையும் தவிடுபொடியாக்கிவிடும் என்று கற்பனை செய்யுங்கள்.

இயல்பாகவே நாம் அனைவருமே படைப்பாற்றல்மிக்கவர்கள்தாம். நாம் உயிர்பிழைத்திருப்பதை உறுதி செய்வதற்கும், அன்றாட வாழ்வில் நாம் எதிர்கொள்கின்ற பிரச்சனைகளையும் சவால்களையும் எதிர்கொள்வதற்கும் இயற்கை நமக்கு அளித்துள்ள ஒரு கருவிதான் படைப்பாற்றல் திறன். தங்களுடன் இயல்பாகவே இருக்கின்ற படைப்பாற்றலைச் சிலர் பயன்படுத்துகின்றனர், சிலர்

பயன்படுத்துவதில்லை, அவ்வளவுதான் வித்தியாசம்.

செயல்முறைப் பயிற்சிகள்

1. உங்களுடைய வாழ்க்கையில் நீங்கள் அடைய விரும்புகின்ற மிகப் பெரிய இலக்கு எது என்று இன்றே அடையாளம் காணுங்கள். அதை நோக்கி முன்னேறுவதற்கு நீங்கள் உடனடியாக எடுக்கக்கூடிய ஒரு நடவடிக்கை என்னவாக இருக்கும்?
2. உங்களுடைய முக்கியமான இலக்கிற்கும் உங்களுக்கும் குறுக்கே இருக்கின்ற மிகப் பெரிய தடையை அல்லது பிரச்சனையை அடையாளம் காணுங்கள். அந்தத் தடையை அகற்றுவதற்கு அல்லது அந்தப் பிரச்சனையைத் தீர்ப்பதற்கு நீங்கள் உடனடியாக எடுக்கக்கூடிய ஒரு நடவடிக்கை என்னவாக இருக்கும்?

அத்தியாயம் இரண்டு

படைப்பாற்றலைத் தூண்டுகின்ற மூன்று காரணிகள்

சில நேரங்களில் மக்கள் என்னிடம், தாங்கள் படைப்பாற்றல்மிக்கவர்கள் என்ற உணர்வு தங்களுக்கு இருப்பதில்லை என்று கூறுவதுண்டு. அவர்கள் தங்கள் வாழ்நாள் முழுவதும் பயன்படுத்தினாலும் தீர்ந்து போகாத அளவு படைப்பாற்றல் அவர்களிடம் இருப்பதாக நான் அவர்களிடம் அடித்துக் கூறுவேன். அதைத் தூண்டிவிட்டுப் பயன்படுத்திக் கொள்ள வேண்டியதுதான் அவர்களுடைய வேலை என்று நான் தெளிவுபடுத்துவேன்.

இப்படிக் கற்பனை செய்து கொள்ளுங்கள். நீங்கள் உங்களுக்கு ஒரு கோப்பை காபி தயாரித்துக் கொள்கிறீர்கள் என்று வைத்துக் கொள்ளுங்கள். அதில் சர்க்கரையையும் போட்டுக் கொள்கிறீர்கள். அதை

நீங்கள் எடுத்துக் குடிக்கின்றபோது, அதில் இனிப்புச் சுவை இல்லை என்று நீங்கள் உணர்கிறீர்கள். என்ன நடந்தது? நீங்கள் அதில் போட்டிருந்த சர்க்கரையைக் கலக்க மறந்துவிட்டீர்கள் என்பதுதான் இதற்கான எளிய விடையாக இருக்கும்.

உங்களுடைய படைப்பாற்றலும் இதைப் போன்றதுதான். காபிக் கோப்பையின் அடியில் தங்கியிருக்கின்ற சர்க்கரையைப் போன்றது அது. சர்க்கரை கலக்கப்பட்டால்தான் அது காபி முழுவதும் பரவி அதற்குச் சுவையூட்டும்.

மூன்று காரணிகள்

காபிக் கோப்பையிலுள்ள சர்க்கரை கலக்கப்படுவதுபோல, உங்களுடைய படைப்பாற்றலை மூன்று காரணிகள் தூண்டிவிடுகின்றன. அவற்றை ஒவ்வொன்றாகப் பார்க்கலாம்.

தீவிர ஆசையால் தூண்டப்படுகின்ற இலக்குகள்

உங்களுக்கு என்ன வேண்டும் என்பது குறித்து நீங்கள் எவ்வளவு அதிகத் தெளிவோடு இருக்கிறீர்களோ, உங்களுடைய இலக்கைச் சாதிக்கப் போவது குறித்து நீங்கள் எவ்வளவு அதிக நேர்மறையாகவும் உற்சாகமாகவும் இருக்கிறீர்களோ, அவ்வளவு அதிகமான படைப்பாற்றலோடு நீங்கள் இருப்பீர்கள், அவ்வளவு அதிகமான யோசனைகள் உங்களுக்கு உதிக்கும். ஒன்றை நீங்கள் எந்த அளவுக்குத் தீவிரமாக விரும்புகிறீர்களோ, அந்த அளவுக்கு, அதைச் சாதிப்பதற்கான படைப்பாற்றல்மிக்கக் கூடுதல் வழிகள் பிறக்கும். அதனால்தான், “படைப்பாற்றல் அற்றவர்கள் என்று யாரும் இல்லை, ஆழ்விருப்பத்துடன்கூடிய இலக்குகள் இல்லாதவர்கள் மட்டுமே உள்ளனர்,” என்று கூறப்படுகிறது.

அடையப்பட்டால் உங்களுடைய வாழ்க்கையில் மாபெரும் நேர்மறைத் தாக்கம் ஏற்படுத்தக்கூடிய ஒரே ஓர் இலக்கைத் தீர்மானித்துக் கொள்ளுங்கள். ஒரு சிறு குழந்தைகூடப் புரிந்து கொள்ளக்கூடிய விதத்தில், அதை எளிமையாக வடிவமைத்து ஒரு காகிதத்தில் எழுதிக் கொள்ளுங்கள். மற்ற அனைத்தையும்விட, உங்களுக்கு என்ன வேண்டும் என்பதைத் தீர்மானிக்கின்ற இந்த ஒற்றை நடவடிக்கை, நீங்கள் உங்களுடைய இலக்கை அடையத் தேவையான யோசனைகள் உங்களிடம் ஊற்றெடுக்கும்படி செய்யும்.

நெருக்குகின்ற பிரச்சனைகள்

நெருக்குகின்ற பிரச்சனைகள் உங்களிடம் படைப்பாற்றலை வெகுவாகத் தூண்டும். உங்களுக்கு மிகவும் முக்கியமானதாகப் படுகின்ற ஓர் இலக்கை அடைவதற்குக் குறுக்கே ஒரு மாபெரும் தடை தோன்றினால், அதைத் தகர்த்தெறிவதற்கு உங்களிடம் தோன்றுகின்ற புதிய புதிய யோசனைகளைக் கண்டு நீங்கள் மலைப்பீர்கள்.

படைப்பாற்றல் சிந்தனைக்குத் தெளிவு இன்றியமையாதது. தெளிவைப் பெறுவதற்கு இதோ ஒரு வழி: முதலில் உங்களுடைய இலக்கு என்ன என்று தீர்மானித்துக் கொள்ளுங்கள். உங்கள் வாழ்க்கையின் ஒரு குறிப்பிட்டப் பகுதியில் நீங்கள் எதை அடைய மிகத் தீவிரமாக விரும்புகிறீர்கள்? பிறகு உங்களிடமே இக்கேள்வியைக் கேளுங்கள்: “இந்த இலக்கை நான் இதுவரை ஏன் அடைந்திருக்கவில்லை?”

அதைத் தொடர்ந்து, உங்களிடம், “இதை நான் அடையாமல் இருப்பதற்குத் தடையாக இருக்கின்ற மிக முக்கியமான காரணம் எது?” என்ற கேள்வியைக் கேளுங்கள்.

உங்களுடைய மிக முக்கியமான இலக்கை நீங்கள் அடைவதற்கு உங்களுக்குத் தடையாக இருக்கின்ற

மிகப் பெரிய காரணத்தை நீங்கள் அடையாளம் கண்டுகொண்டவுடன், உங்கள் மனம் அதைக் களைவதற்கான யோசனைகளை அடுத்தடுத்து உருவாக்கித் தள்ளத் தொடங்கிவிடும்.

ஒருமித்தக் கவனத்துடன்கூடிய கேள்விகள்

உங்களுடைய தற்போதைய நிலை குறித்துத் தீவிரமான கேள்விகளைக் கேட்பதற்கான உங்களுடைய திறன், படைப்பாற்றலைத் தூண்டுவதில் ஒரு முக்கியப் பங்கு வகிக்கிறது. 'குட் டு கிரேட்' என்ற நூலில், அதன் ஆசிரியரான ஜிம் காலின்ஸ், தங்கள் நிறுவனத்தின் நிலை குறித்து ஈவு இரக்கமற்றக் கேள்விகளைக் கேட்கத் தயாராக இருக்கின்ற நிர்வாகிகளைக் கொண்டிருப்பதுதான் தலைசிறந்த நிறுவனங்களின் முத்திரையாகும் என்று குறிப்பிடுகிறார்.

பீட்டர் டிரக்கர் இவ்வாறு கூறியுள்ளார்: "நான் ஓர் ஆலோசகன் அல்லன், நான் ஓர் இடித்துரைப்பாளன். அவர்கள் என்ன செய்ய வேண்டும் என்று நான் மக்களிடம் கூறுவதில்லை. அவர்கள் தங்களைக் குறித்து என்ன செய்ய வேண்டும் என்பதைத் தீர்மானிப்பதற்குத் தேவையான பதில்களை வரவழைக்கின்ற கடினமான கேள்விகளை நான் அவர்களிடம் கேட்கிறேன், அவ்வளவுதான்."

உங்களுடைய படைப்பாற்றலை வெளிப்படுத்துகின்ற பதில்களைத் தூண்டுகின்ற எண்ணற்றக் கேள்விகள் இந்நூல் முழுவதும் இடம்பெற்றிருக்கின்றன. அக்கேள்விகளை நீங்கள் எவ்வளவு அதிகத் துல்லியமாகவும் கவனக்குவிப்புடனும் பயன்படுத்துகிறீர்களோ, அவ்வளவு அதிகமான, நடைமுறைக்கு உகந்த பதில்களை உங்களுடைய படைப்பாற்றல் உங்களிடமிருந்து வெளிக் கொண்டுவரும்.

உங்களுடைய அனுமானங்களைச் சோதித்துப் பாருங்கள்

உங்களுடைய படைப்பாற்றலைத் தூண்டிவிடுவதற்கான ஆற்றல்மிக்க வழிகளில் ஒன்று, உங்களுடைய அனுமானங்களைத் தொடர்ச்சியாக நீங்கள் சோதித்துக் கொண்டே இருப்பது. நீங்கள் உருவாக்கிக் கொண்டுள்ள உங்களுடைய இலக்குகள், பிரச்சனைகள் மற்றும் கேள்விகள், உங்களுடைய வாழ்க்கைக்கும், அதன் தற்போதைய நிலைக்கும் பொருந்துகின்ற விதத்தில் இருக்கின்றனவா என்பதை நீங்கள் உறுதி செய்து கொள்ள வேண்டும். தவறான இலக்குகள் மற்றும் பிரச்சனைகளின்மீது உங்களுடைய கவனத்தைக் குவித்துக் கொண்டிருப்பதில் எந்த அர்த்தமும் இல்லை.

"என்னுடைய அனுமானங்கள் என்னென்ன?" என்று தொடர்ந்து உங்களை நீங்களே கேட்டுக் கொண்டிருங்கள். உங்களுடைய வாழ்க்கை, வேலை, பணம், வாடிக்கையாளர்கள், சந்தை மற்றும் பிற மக்களைப் பற்றி நீங்கள் கொண்டிருக்கின்ற அனுமானங்களில் பல ஓரளவுக்குத் தவறாக இருக்கலாம். சில நேரங்களில், அவை முற்றிலும் தவறாக இருக்கக்கூடும்.

உங்களுடைய வெளிப்படையான அனுமானங்கள் என்னென்ன? உங்களுடைய மறைமுகமான அல்லது ஆழ்மனரீதியான அனுமானங்கள் என்னென்ன? எல்லாவற்றுக்கும் மேலாக, உங்களால் பெரிதும் கொண்டாடப்படுகின்ற அனுமானங்கள் தவறாக இருந்தால்?

பெரும்பாலான பிரச்சனைகளின் ஆணிவேராக இருப்பது தவறான அனுமானங்கள்தாம். நீங்கள் பிரச்சனைகளை, நெருக்கடிகளை, அல்லது தடைகளை எதிர்கொள்ளும்போதெல்லாம், "என்னுடைய அனுமானங்கள் என்னென்ன? அவை தவறாக இருந்தால்?" என்று உங்களையே கேட்டுக் கொள்ளுங்கள்.

செயல்முறைப் பயிற்சிகள்

1. சாதிக்கப்படுகின்ற பட்சத்தில், உங்களுடைய இலக்குகளிலேயே, உங்களுடைய தொழில் வாழ்க்கையில் மாபெரும் நேர்மறைத் தாக்கம் ஏற்படுத்தக்கூடிய பெரிய இலக்கு எதுவாக இருக்கும்?
2. உங்களுடைய தனிப்பட்ட வாழ்க்கையிலும் சரி, தொழில் வாழ்க்கையிலும் சரி, உங்களுடைய எந்தப் பெரிய அனுமானம் பொய்த்துப் போனால் நீங்கள் முற்றிலும் புதியதொரு திசையை நோக்கி நகர வேண்டியிருக்கும்?

அத்தியாயம் மூன்று

'20 யோசனைகள் முறை'

முந்தைய அத்தியாயத்தில் நாம் பார்த்திருந்த காபி-சர்க்கரை உருவகக் கதை உங்களுக்கு நினைவிருக்கிறதா? உங்களிடம் மறைந்து கிடக்கின்ற பெரும் படைப்பாற்றலைத் தூண்டிவிடுவதற்குப் பல உத்திகள் இருக்கின்றன. அவற்றில் ஒன்றுதான் சிந்தனை மூலம் தீர்வு காணுதல்.

மூளை நிபுணரான டோனி புசானின் கருத்துப்படி, உங்களுடைய மூளையில் இருக்கின்ற சுமார் 10,000 கோடி மூளை அணுக்கள், மேலும் 20,000 பிற அணுக்களுடன் நேரடியாகவோ அல்லது மறைமுகமாகவோ தொடர்பு கொண்டிருக்கின்றன. அதன் அடிப்படையில் பார்த்தால், நீங்கள் சிந்திக்கக்கூடிய எண்ணங்களின் எண்ணிக்கையை எண்ணால் எழுதினால், அது 1 என்ற எண்ணுக்கு அடுத்து வருகின்ற பூஜ்ஜியங்களைப் போடுவதற்கு எட்டுக் காகிதங்கள் தேவைப்படும்.

அவ்வளவு பெரிய எண் அது. இந்தப் பேரண்டத்தில் இருக்கின்ற மொத்த மூலக்கூறுகளின் அளவைவிட நீங்கள் சிந்திக்கக்கூடிய எண்ணங்களின் எண்ணிக்கை மிகவும் பெரிது. ஒரு மேதையாக ஆகக்கூடிய சாத்தியக்கூறுச் சுரங்கம் நீங்கள்!

மனத்திற்கு வலுவூட்டும் பயிற்சி

'20 யோசனைகள் முறை' என்று நான் அழைக்கின்ற முறை, பிரச்சனைகளைத் தீர்ப்பதற்கும் இலக்குகளை அடைவதற்கும் படைப்பாற்றல்மிக்க முறையில் தீர்வுகளைக் கண்டறிவதற்குமான ஓர் ஆற்றல்மிக்க முறையாகும். இதில், ஓர் ஒற்றைப் பிரச்சனையை எடுத்துக் கொண்டு, அதைக் கேள்வியாக்கி, மனத்தின் ஆற்றலைக் கொண்டு அதற்குப் பல தீர்வுகள் கண்டறியப்படுகிறது. எனக்குத் தெரிந்தவரை, மற்ற எந்தவொரு படைப்பாற்றல் உத்தியையும்விட, இந்த உத்தியைப் பயன்படுத்தி செல்வந்தர்களாகவும் வெற்றியாளர்களாகவும் ஆனவர்கள்தாம் அதிகம்.

இந்த முறை ஆற்றல்மிக்கதாக விளங்குவதற்கு இது மிகவும் எளிதாக இருப்பதுதான் காரணம்.

முதலில் ஒரு காகிதத்தை எடுத்துக் கொள்ளுங்கள். அதன் உச்சியில், தற்போது உங்களை நெருக்கிக் கொண்டிருக்கும் முக்கியமான பிரச்சனையை அல்லது இலக்கை ஒரு கேள்வியின் வடிவில் எழுதிக் கொள்ளுங்கள். எடுத்துக்காட்டாக, ஒரு மேலாளர் என்ற முறையில் உங்களுடைய இலக்கு, அடுத்த இரண்டு ஆண்டுகளுக்குள் உங்களுடைய கிளையின் விற்பனையை இரட்டிப்பாக்குவது என்று வைத்துக் கொள்வோம். அப்போது உங்களுடைய கேள்வி இப்படி இருக்க வேண்டும்:

> அடுத்து இருபத்து நான்கு மாதங்களுக்குள் எங்கள் விற்பனையை இரட்டிப்பாக்குவதற்கு எங்களால் என்னவெல்லாம் செய்ய முடியும்?

உங்களுடைய கேள்வி எந்த அளவுக்குத் திட்டவட்டமானதாக இருக்கிறதோ அந்த அளவுக்கு நல்லது. உங்களுடைய கேள்வியை எண்களின் வடிவிலோ அல்லது பணத்தின் வடிவிலோ குறிப்பிட முடிந்தால் இன்னும் நல்லது.

> அடுத்த இருபத்து நான்கு மாதங்களுக்குள் எங்களுடைய விற்பனையை 50 இலட்சம் டாலர்களிலிருந்து 1 கோடி டாலர்களாக உயர்த்துவதற்கு எங்களால் என்னவெல்லாம் செய்ய முடியும்?

20 பதில்களை உருவாக்குங்கள்

அடுத்து, அக்கேள்விக்கான பதிலை எழுதத் தொடங்குங்கள். அது முதல் நிலையில் இருக்க வேண்டும். அதில் இடம்பெறுகின்ற வினைச்சொல் ஒரு செயலைக் குறிப்பதாக இருக்க வேண்டும்.

எடுத்துக்காட்டாக, அந்தப் பதிலில் ஒன்று, “இந்த இலக்கை அடைவதற்காக நாங்கள் 22 புதிய விற்பனையாளர்களை வேலைக்கு எடுத்து அவர்களுக்குப் பயிற்சி வழங்கப் போகிறோம்,” என்று இருக்கலாம். அல்லது, “அடுத்தப் பன்னிரண்டு மாதங்களுக்குள் நாங்கள் மூன்று பொருட்களைச் சந்தையில் இறக்கப் போகிறோம்,” என்று எழுதலாம்.

இப்படியே நீங்கள் அக்கேள்விக்கு 20 பதில்களை எழுதுங்கள். இதை நீங்கள் தனியாகவும் செய்யலாம் அல்லது உங்கள் குழுவினரோடு இணைந்தும் செய்யலாம். ஆனால், இந்தப் பயிற்சியில் ஈடுபடுகின்றபோது, குறைந்தபட்சம் 20 பதில்களையாவது நீங்கள்

உருவாக்கியாக வேண்டும்.

மாற்றத்திற்கான நான்கு வழிகள்

பொதுவாக எந்தவொரு பிரச்சனையைத் தீர்ப்பதற்கும் அல்லது ஓர் இலக்கை அடைவதற்கும் நான்கு வழிகள்தாம் இருக்கும். முதலாவது, நீங்கள் ஏற்கனவே செய்து கொண்டிருப்பதை இன்னும் கூடுதலாகச் செய்யலாம். இரண்டாவது, நீங்கள் செய்து கொண்டிருக்கின்ற மற்ற விஷயங்களைக் குறைத்துக் கொள்ளலாம். மூன்றாவது, நீங்கள் முற்றிலும் புதிதாக ஒன்றைச் செய்யத் தொடங்கலாம். நான்காவதாக, நீங்கள் செய்து கொண்டிருக்கின்ற சில காரியங்களை முற்றிலுமாக நிறுத்திவிடலாம்.

நீங்கள் உங்களுடைய 20 பதில்களை உருவாக்கிக் கொண்டிருக்கின்றபோது, தொடர்ந்து, "நான் எதை இன்னும் கூடுதலாகச் செய்யலாம் அல்லது குறைத்துக் கொள்ளலாம்? நான் எதைப் புதிதாகச் செய்யத் தொடங்கலாம் அல்லது எதை நிறுத்தலாம்?" என்று உங்களைக் கேட்டுக் கொண்டே இருக்க வேண்டும்.

இந்தப் பயிற்சியில் முதல் ஓரிரண்டு பதில்களை நீங்கள் எளிதாக வந்தடைந்துவிடுவீர்கள். இன்னும் கூடுதலாகச் செய்யக்கூடிய அல்லது குறைவாகச் செய்யக்கூடிய விஷயங்களை நீங்கள் எளிதாக அடையாளம் கண்டுகொள்வீர்கள்.

அதற்கு அடுத்த ஐந்து பதில்களை வந்தடைவது ஓரளவு கடினமாக இருக்கும். எவற்றைத் துவக்கலாம், எவற்றை நிறுத்தலாம் என்று நீங்கள் யோசிப்பீர்கள்.

கடைசிப் பத்துப் பதில்களை உருவாக்குவதுதான் மிகவும் கடினமாக இருக்கும். சில வேளைகளில், அந்த இருபதாவது பதிலை உருவாக்குவது கிட்டத்தட்ட இயலாத காரியமாக இருக்கும். உங்கள் முயற்சியைக் கைவிட்டுவிடலாமா என்றுகூட நீங்கள் யோசிக்கத் தொடங்குவீர்கள். ஆனால், எப்படியாவது முயன்று,

குறைந்தபட்சம் 20 பதில்களையாவது நீங்கள் எழுதி முடித்துவிட வேண்டும்.

பெரும்பாலான நேரங்களில், உங்களுக்குப் பெரும் சிரமத்தைக் கொடுத்திருந்த அந்த 20-வது பதில்தான் உங்களுடைய வாழ்க்கையையே தலைகீழாகப் புரட்டிப் போடக்கூடிய அல்லது உங்களுடைய தொழிலைப் பரிபூரணமாக மாற்றக்கூடிய ஒன்றாக அமைவதை நான் பார்த்திருக்கிறேன்.

தரத்தைக் குறி வையுங்கள், எண்ணிக்கையை அல்ல

நீங்கள் ஒவ்வொரு முறை உங்களுடைய பதிலை உருவாக்கி அதை எழுத்தில் வடிக்கின்றபோது, நீங்கள் ஆசுவாசமடைந்து உங்களுடைய படைப்பாற்றலைத் தூண்டிவிடுகிறீர்கள். இங்கு நீங்கள் எண்ணிக்கையில் கவனத்தைச் செலுத்தாதீர்கள், தரத்தில் கவனத்தைக் குவியுங்கள். உங்களுடைய மனத்தில் முதலில் தோன்றுகின்ற யோசனையை எழுதிக் கொள்ளுங்கள். பின் அதற்கு நேர் எதிரான ஒன்றை எழுதுங்கள். பின் இரண்டையும் கலந்த ஒன்றை எழுதுங்கள். இடக்குமடக்காகத் தோன்றுகின்ற பதில்களையும் எழுதிக் கொள்ளுங்கள். எப்படியாவது 20 பதில்களை எழுதிவிடுங்கள். சில நேரங்களில், ஒரு பதில் அந்தக் காகிதத்திலிருந்து உங்களை நோக்கிக் குதித்தெழும். இந்த உத்தியைப் பயன்படுத்தி, ஆறு மாதங்களுக்கு மேல் தீர்க்கப்படாமலிருந்த தங்களுடைய பிரச்சனைகளைத் தாங்கள் தீர்த்துள்ளதாக என்னுடைய நண்பர்கள் பலர் என்னிடம் கூறியுள்ளனர்.

உடனடியாக நடவடிக்கையில் இறங்குங்கள்

நீங்கள் 20 பதில்களை உருவாக்கியவுடன் அவற்றைப் படித்துப் பரிசீலித்துவிட்டு, குறைந்தபட்சம் ஒரே ஒரு யோசனையையாவது உடனடியாக நடைமுறைப்படுத்துங்கள். அப்படிச் செய்வதன் மூலம் உங்களுடைய படைப்பாற்றல் திறன் மேலும் சுரக்கத் தொடங்கும். நீங்கள் இந்தப் பயிற்சியைக் காலையில் வேலைக்குச் செல்வதற்கு முன்பு தொடங்கினால், அன்று நாள் முழுவதும் படைப்பாற்றல் உங்களிடம் கொப்பளித்துக் கொண்டிருப்பதை நீங்கள் காண்பீர்கள். காலையில் உடற்பயிற்சி செய்தால் அதன் விளைவு எப்படி நாள் முழுவதும் உங்களுடன் இருக்குமோ, அதைப் போன்றதோர் உணர்வு இது. நீங்கள் நாள் முழுவதும் விழிப்புணர்வுடன் இருப்பீர்கள்.

எவருக்குமே கடினமாக இருக்கின்ற ஒரு காரியம் புதிய அல்லது வித்தியாசமான ஒன்றைச் செய்ய முயல்வதுதான். நீங்கள் ஒரு சிறந்த யோசனையை உருவாக்கியவுடன், உங்களுடைய சௌகரிய வட்டத்திலிருந்து வெளியே வந்து, காலந்தாழ்த்துவதற்கு எழுகின்ற சபலத்திற்கு ஆளாகாமல் உடனடியாக அதைச் செயல்படுத்துவதில் இறங்க வேண்டும்.

உங்களுக்கு உதிக்கின்ற யோசனைகளைக் கண்டு நீங்களே மிரண்டு போவீர்கள், உங்களைச் சுற்றியுள்ளவர்கள் பிரமித்துப் போவர்.

செயல்முறைப் பயிற்சிகள்

1. ஒரு காகிதத்தை எடுத்துக் கொண்டு, அதன் உச்சியில், உங்களுடைய தற்போதைய மிகப் பெரிய பிரச்சனையை அல்லது உங்களுடைய இலக்கை எழுதிக் கொள்ளுங்கள்.

2. பிறகு, இருந்த இடத்தைவிட்டு அகலாமல், உங்களுடைய அந்தக் கேள்விக்குக் குறைந்தபட்சம் 20 பதில்களை அல்லது தீர்வுகளை உருவாக்கி அவற்றையும் அதே காகிதத்தில் எழுதிக் கொள்ளுங்கள்.

அத்தியாயம் நான்கு

படைப்பாற்றலைத் தூண்டுகின்ற கேள்விகளைக் கேளுங்கள்

ஒருமித்தக் கவனத்துடன்கூடிய கேள்விகளைக் கேட்பது உங்களுடைய படைப்பாற்றல் மனத்தைத் தூண்டுகிறது. நீங்கள் அதிகமான கேள்விகளைக் கேட்டு, அவை மேம்பட்டவையாகவும் இருந்தால், உங்களுடைய சிந்தனை அவ்வளவு அதிகத் துல்லியமாகவும் படைப்பாற்றல்மிக்கதாகவும் இருக்கும். ஒருமித்தக் கவனத்துடன்கூடிய கேள்விகள் உண்மையிலேயே அறிவார்ந்த ஒரு நபரின் முத்திரையாகும். நீங்கள் ஒருமித்தக் கவனத்துடன்கூடிய கேள்விகளை உங்களை நோக்கிக் கேட்கப் பழகிக் கொண்டால், அடுத்துப் பிறரிடமும் அதே போன்ற கேள்விகளை உங்களால் கேட்க முடியும். முக்கியமான கேள்விகளில் சில இங்கே கொடுக்கப்பட்டுள்ளன.

நாம் என்ன செய்ய முயன்று கொண்டிருக்கிறோம்?

தனிப்பட்ட வாழ்க்கையிலும் சரி, தொழில் வாழ்க்கையிலும் சரி, நாம் கேட்க வேண்டிய ஒரு முக்கியமான கேள்வி இது. எந்தவொரு குறிப்பிட்ட நேரத்திலும் தாங்கள் எதைச் சாதிக்க முயன்று கொண்டிருக்கிறோம் என்பதை எண்ணற்றோர் தெளிவாக அறிந்திராமல் இருப்பது உண்மையிலேயே வியப்புக்குரியதுதான்.

பெஞ்சமின் டிரெகோ என்ற நூலாசிரியர், "செய்யப்படவே வேண்டியிருக்காதவற்றைச் சிறப்பாகச் செய்வதுதான் மிக மோசமான நேர விரயமாகும்," என்று கூறியிருந்தார்.

"மிகை ஆர்வம் என்பது உங்களுடைய நோக்கம் மறக்கப்பட்டுவிட்டப் பிறகு உங்களுடைய முயற்சியை இரட்டிப்பாக்குவதாகும்," என்று ஜார்ஜ் சந்தயானா கூறியுள்ளார்.

ஏராளமான மக்கள் தங்களுடைய வேலையில் கடினமாக உழைத்துக் கொண்டிருக்கின்றனர். பல நாட்கள் அவர்கள் நீண்ட நேரம் வேலை செய்கின்றனர். சில நேரங்களில் வார இறுதியிலும் அவர்கள் வேலை செய்கின்றனர். ஆனால், அவர்கள் செய்து கொண்டிருக்கின்ற வேலை அவர்களுடைய நிறுவனத்தின் இலக்குகளோடு இணக்கமானதாக இல்லாமலிருக்கும்.

விஷயங்கள் படுவேகமாக நகர்ந்து கொண்டிருப்பதாக உங்களுக்குத் தோன்றினால், நீங்கள் மேன்மேலும் கடினமாக உழைத்துக் கொண்டிருந்தும் உங்களால் மேன்மேலும் குறைவான விளைவுகளையே ஏற்படுத்த முடிகிறது என்ற எண்ணம் உங்களுக்கு ஏற்பட்டால், உங்களுடைய வேலைக்கு ஒரு சிறிய இடைவேளை கொடுப்பதற்கான நேரம் வந்துவிட்டது என்று அர்த்தம். உடனே கடிகாரத்தை

நிறுத்துங்கள், கதவைச் சாத்துங்கள், அனைத்து மின்னணுக் கருவிகளையும் அணைத்துவிடுங்கள். பின் உங்களிடம் இந்தக் கேள்வியைக் கேளுங்கள்: "இங்கு நான் உண்மையிலேயே எதைச் செய்ய முயன்று கொண்டிருக்கிறேன்?"

'த எகானமிஸ்ட்' இதழ், இருபது ஆண்டுகள் நீண்ட, 22,000 நிறுவனங்களை உள்ளடக்கிய ஓர் ஆய்வை மேற்கொண்டது. அதில் 150 ஆராய்ச்சியாளர்கள் ஈடுபடுத்தப்பட்டனர். பொதுவாக நாட்டிலும் நிறுவனத்திற்குள்ளும் நிலவிக் கொண்டிருக்கின்ற நிர்வாகத் திறமையைப் பற்றி அறிந்து கொள்வது அந்த ஆய்வின் நோக்கமாக இருந்தது. நிர்வாகத் திறமையை அறிந்து கொள்வதற்கு அந்த ஆய்வாளர்கள் இந்த மூன்று அம்சங்களில் தங்களுடைய கவனத்தைச் செலுத்த முடிவு செய்தனர்: (1) தெளிவான இலக்குகளை நிர்ணயித்தல் (2) செயல்திறனை அளவிடுவதற்கான வழிமுறைகள் (3) மேம்பட்டச் செயல்திறனுக்கு வெகுமதியளித்தல்.

அந்த நிறுவனங்கள் ஒவ்வொன்றிலும், அந்நிறுவனத்திற்கு அல்லது ஒரு கிளைக்கு அல்லது ஒரு துறைக்கு அல்லது ஓர் ஊழியருக்குத் தெளிவான இலக்குகளை அமைப்பதற்கான திறன்தான், அங்கு மிகச் சிறந்த விளைவுகளுக்கு இட்டுச் சென்ற தொடக்கப் புள்ளியாக இருந்தது. நீங்கள் என்ன செய்ய முயன்று கொண்டிருக்கிறீர்கள்?

அதை நாம் எப்படிச் செய்யப் போகிறோம்?

உங்களுடைய தனிப்பட்ட வாழ்க்கையிலும் சரி, தொழில் வாழ்க்கையிலும் சரி, நீங்கள் உங்களுடைய இலக்குகளை அடைய முயன்று கொண்டிருக்கின்றபோது, பிரச்சனைகளையோ, தடைகளையோ, எதிர்ப்பையோ, அல்லது புறச் சவால்களையோ நீங்கள் எதிர்கொள்ள நேர்ந்தால், உடனே கடிகாரத்தை நிறுத்திவிடுங்கள். உடனே உங்களுடைய சிந்தனைகளை எழுத்தில்

வடியுங்கள். நீங்கள் இருக்கும் இடத்திலிருந்து நீங்கள் சென்றடைய விரும்புகின்ற இடத்தை அடைவதற்கு நீங்கள் பயன்படுத்திக் கொண்டிருக்கின்ற செயல்முறையை அவதானியுங்கள்.

ஒருவேளை, நீங்கள் தவறான பாதையில் சென்று கொண்டிருக்கக்கூடுமோ? உங்களுடைய இலக்கை அடைய நீங்கள் முயன்று கொண்டிருக்கின்ற விதம் இனியும் வேலை செய்யாமல் இருக்கலாம். அல்லது அது காலாவதியாகிப் போன ஒன்றாக இருக்கலாம். அதனால் நீங்கள் முற்றிலும் வேறுபட்ட நடவடிக்கைகளில் ஈடுபட வேண்டியிருக்கலாம்.

ஃபார்ச்சூன் இதழில் எழுதுகின்ற ஜெஃப்ரி கோல்வின், வணிக மாதிரிகளைப் பற்றிய ஓர் ஆய்வுக் கட்டுரையை எழுதினார். பெரும்பாலான நிறுவனங்கள், காலாவதியாகிப் போன வணிக மாதிரிகளைப் பின்பற்றிக் கொண்டிருக்கின்றன என்பது அக்கட்டுரையின் முடிவாக இருந்தது. உங்களுடைய தொழில், தகவல் அடிப்படையிலான, உற்பத்தி சாராத தொழிலாக இருக்கும்பட்சத்தில், உங்களுடைய வணிக மாதிரி தவறானதாக இருப்பதற்கான வாய்ப்புகள் 90 சதவீதம் என்று அவர் மேலும் குறிப்பிடுகிறார்.

2006 இல் ஆப்பிள் நிறுவனம் ஐபோனை அறிமுகப்படுத்தியபோது, நோக்கியா நிறுவனமும் பிளாக்பெர்ரி நிறுவனமும், "அது ஒரு விளையாட்டு பொம்மை. அதன்மீதான மோகம் சீக்கிரம் மறைந்துவிடும், மக்கள் அதை மறந்துவிடுவர்," என்று அதை அலட்சியமாக ஒதுக்கித் தள்ளின. தங்களுடைய சந்தை ஆதிக்கம் அசைக்கப்பட முடியாதது என்று அவை இறுமாப்பு கொண்டிருந்தன.

பிளாக்பெர்ரி நிறுவனத்தைச் சேர்ந்த ஒரு நிர்வாகி, ஐபோனைப் பற்றி ஆணவத்துடன், "எவரும் செயலிகளை விரும்புவதில்லை," என்று கூறினார். இன்று ஆப்பிள் 12 இலட்சம் செயலிகளை வழங்குகிறது. ஐபோன் பயனாளர்கள் தங்களுடைய தனிப்பட்ட

வாழ்க்கை மற்றும் தொழில் தொடர்பான அனைத்து நடவடிக்கைகளையும் மேற்கொள்ள அச்செயலிகள் அவர்களுக்கு உதவுகின்றன. அவர்கள் கனவிலும் நினைத்துப் பார்த்திராத செயலிகளும் அவற்றில் அடக்கம். 2013 ஆம் ஆண்டுவாக்கில் நோக்கியா மற்றும் பிளாக்பெர்ரியின் சந்தை 90 சதவீதம் சுருங்கிவிட்டது. அந்த இரண்டு நிறுவனங்களின் கதையும் கிட்டத்தட்ட முடிந்துவிட்டது. "இப்புதிய சூழலை நாம் எவ்வாறு எதிர்கொள்ளப் போகிறோம்? அலைபேசிச் சந்தையில் நம்முடைய ஆதிக்கத்தை எப்படித் தக்கவைத்துக் கொள்ளப் போகிறோம்?" என்ற கேள்விகளைக் கேட்கத் தவறியிருந்ததன் மூலம், வரலாற்றிலிருந்து காணாமல் போயிருந்த ஜாம்பவான்களுக்கு நேர்ந்த அதே கதி இந்த இரண்டு நிறுவனங்களுக்கும் ஏற்பட்டது.

அந்த இரண்டு நிறுவனங்களையும்போல, உங்களுடைய வணிக மாதிரியைக் காலாவதியாக்கி, சந்தை மதிப்பை அடியோடு அசைத்துப் பார்க்கின்ற மாற்றங்கள் எதையாவது உங்களுடைய நிறுவனம் தற்போது எதிர்கொண்டுள்ளதா?

நீங்கள் விரும்புகின்ற விளைவுகள் என்ன?

உங்களுடைய இலக்கு அல்லது பிரச்சனைக்கான கச்சிதமான தீர்வு என்னவாக இருக்கும்?

உங்களுடைய கையில் ஒரு மந்திரக்கோல் இருப்பதாகக் கற்பனை செய்து கொள்ளுங்கள். அதை ஆட்டுவதன் மூலம் உங்களுடைய தொழிலின் அனைத்து அம்சங்களையும் கச்சிதமானதாக உங்களால் ஆக்க முடியும். உங்களுடைய விற்பனைப் பொருள், நீங்கள் வழங்குகின்ற சேவை, ஊழியர்கள், விற்பனை, இலாபம் போன்ற அனைத்தும் கச்சிதமாக இருக்கும் பட்சத்தில், அவை இப்போது இருப்பதிலிருந்து எந்த விதத்தில் மாறுபட்டு இருக்கும்?

கோர்டன் மூரும் ஆன்ட்ரூ குரோவும், இன்டெல்

நிறுவனத்தை, நுண்சில்லுகளின் உற்பத்தியில் உலகின் தலைசிறந்த நிறுவனமாக ஆக்கினர். அவர்களுடைய நிறுவனத்தின் விற்பனை பல கோடிகளில் நடந்து கொண்டிருந்தது. ஆனால், ஜப்பான், தாய்வான் மற்றும் கொரியாவைச் சேர்ந்த நிறுவனங்கள், இன்டெல் நிறுவனத்திற்கு இணையான அல்லது அதைவிட மேம்பட்ட நுண்சில்லுகளைத் தயாரித்து மலிவான விலையில் விற்கத் தொடங்கின. இந்நிறுவனங்களின் நுண்சில்லுகள் அமெரிக்காவுக்குள் வெள்ளமெனப் படையெடுத்தன. அது இன்டெல் வீற்றிருந்த அரியணையை அசைத்துப் பார்த்தது.

கதை இப்படிப் போகிறது. ஒரு நாள், கோர்டன் மூரும் ஆன்ட்ரூ குரோவும் ஒன்றாக அமர்ந்து பேசிக் கொண்டிருந்தனர். அப்போது அவர்கள் தங்களிடமே, "இப்போது நம்முடைய நிறுவனத்தின் நிர்வாக அதிகாரிகளின் குழு நம்மைப் பதவியிலிருந்து தூக்கி எறிந்துவிட்டு, புதிய நிர்வாக அதிகாரிகளைக் கொண்டுவந்தால், அந்த நிர்வாக அதிகாரிகள் எதை வித்தியாசமாகச் செய்வார்கள்?" என்ற கேள்வியைக் கேட்டுக் கொண்டனர்.

புதிய நிர்வாகிகள், இன்டெல் நிறுவனம் தற்போது ஈடுபட்டிருக்கும் 'தனிப்பட்டப் பொருட்களுக்கான நுண்சில்லுகளின்' தயாரிப்பை மொத்தமாக நிறுத்திவிட்டு, புதிதாகச் சந்தைக்குள் வந்திருக்கும் தனிநபர் கணினிகளுக்கான நுண்சில்லுகளின் தயாரிப்புக்கு நிறுவனத்தின் மொத்த வளத்தையும் பயன்படுத்தத் திட்டமிடுவர் என்ற முடிவுக்கு அவர்கள் இருவரும் வந்தனர். அதைத்தான் அவர்கள் செய்தனர். அதைத் தொடர்ந்து இன்டெல் மேலும் அசுர வளர்ச்சி கண்டது. "இப்போது நாம் என்ன செய்து கொண்டிருக்கிறோம்? நாம் பெற விரும்புகின்ற விளைவுகள் என்ன?" என்ற கேள்விகளைக் கேட்டுக் கொள்வதற்கான துணிச்சல் அவர்களிடம் இருந்ததால்தான் அது சாத்தியமாயிற்று.

நாம் விரும்புகின்ற விளைவுகளை அடைவதற்கு வேறு ஏதாவது வழிகள் இருக்கின்றனவா?

நாம் விரும்புகின்ற விளைவுகளைப் பெறுவதற்கு வேறு ஏதாவது மேம்பட்ட வழிகள் இருக்கக்கூடுமா? இப்போது நாம் செய்து கொண்டிருக்கின்ற முறையில் செய்து கொண்டிருக்காவிட்டால், இதைவிடச் சிறப்பாகவும், வேகமாகவும், எளிதாகவும், மலிவாகவும் செய்வதற்கு வேறு என்ன வழி இருக்கும்?

எதையும் ஒரு மேம்பட்ட விதத்தில் செய்வதற்கு எப்போதுமே ஒரு வழி இருக்கத்தான் செய்யும் என்பதை நினைவில் கொள்ளுங்கள். உங்களுடைய இலக்கை அடைவதற்கு எப்போதுமே இன்னும் ஆற்றல்மிக்க ஒரு வழி இருக்கத்தான் செய்யும். உங்களுடைய தனித்துவமான திறமைகளையும் வளங்களையும் பயன்படுத்துவதற்கு எப்போதுமே ஒரு மேம்பட்ட வழி கண்டிப்பாக இருக்கும்.

இப்படிக் கற்பனை செய்யுங்கள். உங்களுடைய நிறுவனத்தின் தற்போதைய செயல்நடவடிக்கைகளையும் தொழில் உத்திகளையும் அலசி ஆராய்வதற்காக, பெரும் பணம் செலவு செய்து நீங்கள் ஒரு பிரபலமான ஆலோசகரை நியமிக்கிறீர்கள். அவர் உங்களுக்கு அசௌகரியம் ஏற்படுத்துகின்ற கேள்விகளைக் கேட்கத் தொடங்குகிறார்.

இப்போது நீங்கள் என்ன செய்து கொண்டிருக்கிறீர்கள், அதை இப்போது நீங்கள் செய்து கொண்டிருக்கின்ற விதத்தில் ஏன் செய்து கொண்டிருக்கிறீர்கள் என்பதைத் தெரிந்து கொள்ள அவர் விரும்புகிறார். உங்களுடைய நிறுவனத்தின் ஒட்டுமொத்த இலக்கு என்ன, அதை அடைவதற்கு உங்களுடைய நிறுவனத்தின் பல்வேறு பிரிவுகள் தனித்தனியாக எத்தகைய இலக்குகளைக் கொண்டிருக்கின்றன என்று அவர் உங்களிடம் கேட்கிறார். உங்களுடைய அதே இலக்குகளை

அடைவதற்கு வேறு வழிகள் எதையும் நீங்கள் கருத்தில் கொண்டிருந்தீர்களா என்பதை அறிந்து கொள்ளவும் அவர் விரும்புகிறார்.

நீங்களே உங்களுடைய நிறுவனத்தின் நிர்வாக ஆலோசகராக ஆகுங்கள். உங்களுடைய நிறுவனத்திற்கு நிர்வாக ஆலோசனை வழங்குவதற்கு உங்களை நீங்களே நியமித்துக் கொள்ளுங்கள். உங்களுடைய நிறுவனத்தை, உணர்ச்சிவசப்படாமலும், வெளியேயிருந்து பார்க்கின்ற ஒருவரின் பார்வையுடனும், தெளிவுடனும் பாருங்கள். 'ஈவு இரக்கமற்றக் கேள்விகளை' உங்களை நோக்கி வீசுங்கள்.

செயல்முறைப் பயிற்சிகள்

1. உங்களுடைய தொழிலில் நீங்கள் உண்மையிலேயே என்ன செய்து கொண்டிருக்கிறீர்கள் என்பதை இருபது வார்த்தைகளுக்கு மிகாமல் தெளிவாக விளக்குங்கள்.
2. அடுத்து, உங்களுடைய இலக்குகளை அடைவதற்கு நீங்கள் கொண்டுள்ள செயல்திட்டத்தைப் பற்றி இருபது வார்த்தைகளுக்கு மிகாமல் விவரியுங்கள். அதை நீங்கள் எப்படிச் செயல்படுத்தப் போகிறீர்கள்?

அத்தியாயம் ஐந்து

‘மூளைக் கசக்கல்’ மூலம் தீர்வு காணுதல்

ஒரு நிறுவனம், ஒரு குழு, அல்லது ஒரு கிளையிலுள்ள உறுப்பினர்களின் படைப்பாற்றலை வெளிப்படுத்துவதற்கான ஓர் ஆற்றல்மிக்க உத்திதான் மூளைக் கசக்கல் மூலம் தீர்வு காணுதல். தொழிலை எப்படி மேம்படுத்தலாம் என்பது குறித்துத் தங்களுடைய ஊழியர்களிடம் அடிக்கடி மூளைக் கசக்கல் உத்தியைப் பயன்படுத்துவது மேலாளர்களின் பொறுப்புகளில் ஒன்று. உங்களுடைய ஊழியர்களிடம் புதைந்து கிடக்கின்ற படைப்பாற்றல் திறன்களைப் பயன்படுத்திக் கொள்ளாமல் இருப்பது அறிவீனம். உங்களுடைய ஊழியர்கள் உங்களுடைய தொழிலின் வெற்றிக்குத் தேவையான சிறந்த யோசனைகளை அளிப்பதை ஊக்குவிக்கின்ற சூழலை நீங்கள் உங்கள் நிறுவனத்தில்

உருவாக்க வேண்டும்.

மூளைக் கசக்கல் செயல்முறை

உங்களுடைய மக்களின் படைப்பாற்றல் திறனைத் தூண்டுகின்ற விதத்தில் மூளைக் கசக்கல் செயல்முறையை வெற்றிகரமாகப் பயன்படுத்துவதற்கு, நீங்கள் கீழ்க்கண்ட ஆறு வழிமுறைகளைக் கடைபிடிக்க வேண்டும்.

1. இதில் நான்கிலிருந்து ஏழு பேர் வரை இருப்பது நல்லது. நான்கு பேருக்குக் குறைவாக இருந்தால், உருவாக்கப்படுகின்ற யோசனைகளின் தரமும் எண்ணிக்கையும் குறைவாக இருக்கும். ஏழு பேருக்கு மேல் இருந்தால், எல்லோரையும் கட்டுப்படுத்துவது கடினமாக இருக்கும். அதோடு, சிலருக்குத் தங்களுடைய சிறந்த யோசனைகளை வெளிப்படுத்துவதற்கு வாய்ப்புக் கிடைக்காமல் போய்விடக்கூடும்.

சில நேரங்களில் நான் பெரிய குழுவினரோடு மூளைக் கசக்கல் செயல்முறையைக் கையாள வேண்டி வரும். அப்போது, நான் அந்தப் பெரிய குழுவை, நான்கு முதல் ஏழு பேர் அடங்கிய சிறு சிறு குழுக்களாகப் பிரித்துக் கொள்வேன். அந்தச் சிறு குழுக்கள் தங்களுக்குள் விவாதித்து, அவர்கள் தேர்ந்தெடுத்துள்ள சிறந்த யோசனைகளை மொத்த உறுப்பினர்களிடையே பின்னர் பகிர்ந்து கொள்வர்.

2. ஒரு கூட்டத்தின் நேரம் பதினைந்திலிருந்து நாற்பத்தைந்து நிமிடங்கள்வரை இருத்தல் நல்லது. முப்பது நிமிடங்கள் கச்சிதமாக இருக்கும். அந்தக் கூட்டம் எவ்வளவு நேரம் நடக்கும் என்பதை நீங்கள் முதலிலேயே அறிவித்துவிடுங்கள். பின் சரியாக அந்த நேரத்தில் அக்கூட்டத்தை முடித்துவிடுங்கள். காலக்கெடுவை நிர்ணயிப்பது, பெறப்படுகின்ற யோசனைகளின் தரத்தை மேம்படுத்தவும் எண்ணிக்கையை அதிகரிக்கவும் உதவும்.

3. ஒதுக்கப்பட்டுள்ள நேரத்திற்குள், எவ்வளவு

முடியுமோ அவ்வளவு அதிக எண்ணிக்கையில் யோசனைகளைப் பெறுவதுதான் இதன் நோக்கம். இதுபோன்ற கூட்டங்களில் உருவாக்கப்படுகின்ற யோசனைகளின் எண்ணிக்கைக்கும் அவற்றின் தரத்திற்கும் இடையே ஒரு நேரடித் தொடர்பு இருக்கிறது. சில நேரங்களில், கடைசி நிமிடத்தில் பெறப்படுகின்ற யோசனை உங்களுடைய தொழிலின்மீது ஒரு பிரம்மாண்டமான விதத்தில் தாக்கம் ஏற்படுத்துவதாக அமைந்துவிடுவதும் உண்டு.

4. இக்கூட்டங்கள் முழுக்க முழுக்க நேர்மறையானவையாக இருக்க வேண்டும். முன்வைக்கப்படுகின்ற யோசனைகள் எடைபோடப்படக்கூடாது, விமர்சனங்களுக்கு உட்படுத்தப்படக்கூடாது. அங்கு முன்வைக்கப்படுகின்ற அனைத்து யோசனைகளும் நல்ல யோசனைகளே. உங்களுடைய நோக்கம், முடிந்த அளவு அதிக எண்ணிக்கையில் யோசனைகளைப் பெறுவதாக இருக்க வேண்டும். அதனால், அபத்தமான யோசனைகள் உட்பட அனைத்து யோசனைகளையும் நீங்கள் ஊக்குவிக்க வேண்டும்.

சில நேரங்களில் இரண்டு அபத்தமான யோசனைகளைப் பிணைக்கின்றபோது, ஒரு புரட்சிகரமான யோசனை உருவாகக்கூடும். அதனால், அந்தக் கூட்டம் சுவாரசியமாக இருக்கும்படி நீங்கள் பார்த்துக் கொள்ள வேண்டும். அதில் நகைச்சுவையும் ஓடிக் கொண்டிருக்கட்டும். அதில் கலந்து கொள்கின்ற அனைவரும் அதை மகிழ்ச்சியுடன் அனுபவிப்பதை நீங்கள் உறுதி செய்ய வேண்டும். மொத்தக் கூட்டமும் குதூகலமாக நடைபெறுகின்றபோது, அங்கு அதிகமான எண்ணிக்கையில் தரமான யோசனைகள் உதிப்பதற்கான வாய்ப்புகள் அதிகரிக்கும்.

5. கூட்டம் தொடங்குவதற்கு முன், அதற்கு யார் தலைமை ஏற்பது என்று முடிவு செய்து கொள்ளுங்கள். அதில் பங்கேற்கின்ற ஒவ்வொருவரும்

அதற்குப் பங்களிப்பதை உறுதி செய்கின்ற பொறுப்பு அந்தத் தலைவருடையது. தலைவராக இருப்பவர், அதில் பங்கு பெறுபவர்களை ஒருவர் பின் ஒருவராகத் தங்களுடைய யோசனையைக் கூறுமாறு கேட்பதன் மூலம் இதைச் சாதிக்கலாம். அது, பங்கு கொள்கின்ற அனைவரிடையேயும் உற்சாகத்தைத் தோற்றுவிக்கும், கூடுதலாகப் பங்கேற்க வேண்டும் என்ற ஆர்வத்தைத் தூண்டும். அதைத் தொடர்ந்து அவர்கள் முண்டியடித்துக் கொண்டு தங்களுடைய கருத்துகளைக் கூறத் தொடங்குவர்.

பங்கேற்பவர்கள் அனைவருக்கும் வாய்ப்புக் கிடைப்பதை உறுதி செய்கின்ற பொறுப்பு தலைவருடையது. அதனால், அவர் எல்லோரையும் ஊக்குவிக்க வேண்டும். மொத்தத்தில், அக்கூட்டம் ஓர் ஒழுங்குமுறையுடன் நடப்பதை அவர் உறுதி செய்ய வேண்டும்.

6. அதேபோல, அத்தகைய ஒரு கூட்டத்திற்கு ஒரு பதிவாளரும் தேவை. கூட்டத்தில் தன் பங்களிப்பைச் செய்வதுடன், அதில் முன்வைக்கப்படுகின்ற அனைத்து யோசனைகளையும் அவர் குறிப்பெடுக்க வேண்டும். கூட்டம் மிகவும் சுவாரசியமாக நடந்து கொண்டிருந்தால், சில நேரங்களில் இரண்டு பதிவாளர்கள்கூடத் தேவைப்படுவர். நான் ஐபிஎம் போன்ற பெரிய நிறுவனங்களுக்கு இதுபோன்ற கூட்டங்களை நடத்துகின்றபோது, அதில் பங்கேற்கும் நபர்களைச் சிறிய குழுக்களாகப் பிரித்து, அவர்களுக்கு இடையே ஒரு போட்டியையும் அறிவிப்பேன். எந்தக் குழு அதிக எண்ணிக்கையில் யோசனைகளை முன்மொழிகிறதோ, அக்குழு வெற்றிக் குழுவாக அறிவிக்கப்படும். இதனால் யோசனைகளின் எண்ணிக்கை வெகுவாக அதிகரிக்கும்.

வாக்கியத்தைப் பூர்த்தி செய்தல் உத்தி

இதில் நீங்கள் ஒரு வாக்கியத்தைக் கொடுத்து, அக்கூட்டத்தில் பங்கேற்பவர்கள் அதைப் பூர்த்தி செய்யுமாறு கேட்டுக் கொள்ள வேண்டும். அவர்கள் அதற்குத் தங்களால் முடிந்த அளவு எண்ணிக்கையில் வெவ்வேறு விடைகளை உருவாக்க வேண்டும். அதற்கான ஓர் எடுத்துக்காட்டு:

1. நம்மால் அடுத்த மூன்று மாதங்களுக்குள் நம்முடைய விற்பனையை இரட்டிப்பாக ஆக்க முடியும். அதற்கு நாம் . . .
2. நம்முடைய விற்பனைப் பொருட்களை வாடிக்கையாளர்களுக்கு அனுப்பி வைக்கின்ற செலவில் 20 சதவீதத்தை நம்மால் குறைக்க முடியும். அதற்கு நாம் . . .
3. சந்தையில் முதல் நிலையை நம்மால் அடைய முடியும். அதற்கு நாம் . . .

கூட்டத்தில் பங்கேற்கின்ற ஒவ்வொருவரும் இக்கேள்விகளைப் பூர்த்தி செய்வதற்குப் பல பதில்களை அளிக்குமாறு நீங்கள் கேட்டுக் கொள்ள வேண்டும். தர்க்கரீதியான, நடைமுறைக்கு உகந்த, கட்டுப்படியாகின்ற ஒரு தீர்வு ஏற்கனவே இருக்கிறது என்று நீங்கள் அனுமானித்துக் கொள்ள வேண்டும். அது தொடர்பான யோசனைகளை உங்களுடைய குழுவினரிடமிருந்து வெளிக் கொணர்கின்ற விதத்தில் நீங்கள் இக்கேள்விகளை சுவாரசியமானவையாக அமைக்க வேண்டும்.

இதை நீங்கள் அடிக்கடிக் கடைபிடித்து வந்தால், உங்களுடைய குழுவிலுள்ள அனைவரின் படைப்பாற்றல் சிந்தனையும் தூண்டப்படும். உங்களுடைய காலுக்கு கீழே இருந்தும்கூட உங்களுடைய கண்களில் படாமல் இருக்கின்ற தீர்வுகளை அடையாளம் காண்பதற்கு இது ஒரு மிகச் சிறந்த உத்தி.

செயல்முறைப் பயிற்சிகள்

1. நடைமுறைப்படுத்தப்பட்டால் உங்களுடைய தொழிலில் ஒரு பெரும் தாக்கம் ஏற்படுத்தக்கூடிய ஓர் இலக்கைத் தேர்ந்தெடுத்துக் கொள்ளுங்கள்.
2. உங்களுடைய குழுவினரை அழைத்து, மூளைக் கசக்கல் செயல்முறையை அவர்களுக்கு விளக்கி, உங்களுடைய இலக்கை அடைவதற்குத் தேவையான யோசனைகளை அவர்களிடமிருந்து பெற முயலுங்கள். அதன் விளைவுகளைக் கண்டு நீங்கள் மிகவும் வியப்படைவீர்கள்.

அத்தியாயம் ஆறு

நன்னம்பிக்கையே அச்சாணி

2013 இல் 'இங்க் மேகசின்' என்ற இதழ், மிக வேகமாக வளர்ந்து கொண்டிருக்கின்ற 500 நிறுவனங்களின் தலைவர்களைப் பற்றி ஓர் ஆய்வை நிகழ்த்தியது. அந்த நிறுவனங்களின் தலைவர்களிடம் பிரதானமாகக் காணப்பட்ட ஓர் அம்சம், அவர்கள் தங்களுடைய உற்பத்திப் பொருட்கள் குறித்தும், தங்களுடைய நிறுவனத்தின் வருங்காலம் குறித்தும் கொண்டிருந்த நன்னம்பிக்கையின் அளவு பிரமிக்கத்தக்க அளவு பிரம்மாண்டமாக இருந்தது என்பதுதான். அவர்களுடைய இந்த நன்னம்பிக்கை மனப்போக்கு அவர்களுடைய நிறுவனமெங்கும் பரவியிருந்ததோடு, அவர்களுடைய நிறுவனத்தின் வெற்றிக்கு வழிவகுக்கின்ற படைப்பாற்றல்மிக்க யோசனைகள் அதன் ஊழியர்களிடம் ஊற்றெடுக்கவும் காரணமாகியிருந்தது.

இரண்டு விதமான வழிமுறைகளில் நன்னம்பிக்கை மனப்போக்கை வளர்த்தெடுக்க முடியும்:

1. எல்லா நேரங்களிலும், உங்களுக்கு என்ன தேவை, அவற்றை எப்படிப் பெறுவது என்று சிந்தித்துக் கொண்டும் பேசிக் கொண்டும் இருங்கள். நன்னம்பிக்கையாளர்கள் நாள் முழுவதும் தங்களுடைய இலக்குகளைப் பற்றியே சிந்தித்துக் கொண்டிருப்பர். எண்ணற்றச் சாத்தியக்கூறுகளைக் கொண்ட ஒன்றாக அவர்கள் இந்த உலகைப் பார்ப்பர். தங்களுடைய இலக்கை எப்படி அடைவது, பிரச்சனைகளை எப்படித் தீர்ப்பது என்றே எந்நேரமும் அவர்கள் யோசித்துக் கொண்டிருப்பர்.
2. ஒவ்வொரு சூழலிலும், ஒவ்வொரு நபரிடமும் இருக்கின்ற நல்லவற்றைத் தேடுங்கள். ஒவ்வொரு பிரச்சனைக்குள்ளும் ஒரு தீர்வு அடங்கியிருக்கும் என்று நன்னம்பிக்கையாளர்கள் உறுதியாக நம்புகின்றனர். தங்களிடம் ஒரு தெளிவான இலக்கு இருந்தால் அதை அடைவதற்கான வழியைத் தங்களால் கண்டுபிடித்துவிட முடியும் என்றும் அவர்கள் நம்புகின்றனர். காரியங்கள் சரியாக நடைபெறவில்லை என்றால், அந்த எதிர்மறைச் சூழலிலிருந்து தங்களால் என்ன கற்றுக் கொள்ள முடியும் என்று அவர்கள் யோசிப்பர்.

நன்னம்பிக்கையாளர்களின் மொழி

நன்னம்பிக்கையாளர்களிடம் ஒரு பழக்கம் இருக்கிறது. அவர்கள் 'பிரச்சனை' என்ற சொல்லை ஒருபோதும் பயன்படுத்துவதில்லை. அதை அவர்கள் ஒரு புதிய 'சூழ்நிலை' உருவாகியிருக்கிறது என்று

கூறுவர். "இன்று ஒரு சுவாரசியமான சூழ்நிலை உருவாகியுள்ளது," என்று அவர்கள் கூறுவர்.

'பிரச்சனை' என்ற சொல்லை உச்சரித்தவுடன், பயம், இழப்பு ஆகிய உணர்வுகளை அது நம் மனத்தில் தோற்றுவிக்கிறது. 'சூழ்நிலை' என்ற சொல் சமநிலையான ஒன்று. 'பிரச்சனை' என்றால் அதனோடு நீங்கள் மல்லுக்கு நின்று கொண்டிருப்பீர்கள். அதுவே ஒரு 'சூழ்நிலை' என்றால் அதை நீங்கள் கையாண்டு கொண்டிருப்பீர்கள்.

அதைவிட இன்னும் மேம்பட்ட ஒரு சொல் இருக்கிறது: 'சவால்'. 'பிரச்சனை' என்பது நீங்கள் மல்லுக்கு நின்று கொண்டிருக்கின்ற, உங்களுக்கு ஏற்பட்டுள்ள பணம் மற்றும் நேர இழப்பைச் சுட்டிக்காட்டுகின்ற ஒன்றாக இருக்கின்ற வேளையில், 'சவால்' என்பது நீங்கள் துள்ளி எழுந்து எதிர்கொள்கின்ற, உங்களிடமிருந்து மிகச் சிறந்த ஒன்றை வெளிக் கொண்டு வருகின்ற ஒன்றாக இருக்கும்.

இனி நீங்கள் ஒரு பிரச்சனையை எதிர்கொள்கின்றபோது, "இன்று நான் ஒரு சவாலைச் சந்தித்துக் கொண்டிருக்கிறேன்," என்று கூறுங்கள்.

இதையும்விட ஒரு சிறந்த சொல் இருக்கிறது: 'வாய்ப்பு'. நீங்கள் எந்தவொரு பிரச்சனையையும் அதற்குள் பொதிந்திருக்கக்கூடிய வாய்ப்பாகப் பார்க்கின்றபோது, உங்கள் முன் தென்படுகின்ற எண்ணற்ற வாய்ப்புகளைக் கண்டு வியந்து போவீர்கள். நீங்கள் அதை மீள முடியாத ஒரு பிரச்சனையாகக் கருதி அதற்குள்ளேயே உழன்று கொண்டிருந்தால் நீங்கள் எத்தனை வாய்ப்புகளை இழந்திருப்பீர்கள் என்பது அப்போது உங்களுக்குப் புரியும்.

நீங்கள் ஒரு பிரச்சனையைச் சந்தித்துக் கொண்டிருக்கின்றபோது, உங்களிடமே நீங்கள் கேட்டுக் கொள்ள வேண்டிய ஒரு முக்கியமான கேள்வி இதுவாகத்தான் இருக்கும்: "இது ஏன் ஒரு பிரச்சனையாக எனக்குத் தோன்றுகிறது?"

உங்களுடைய அதிமனம், பல நேரங்களில் நீங்கள் தவறான திசையில் சென்று கொண்டிருப்பதைச் சுட்டிக்காட்டும் விதமாக, ஒரு வெகுமதியாக உங்களுக்குப் பிரச்சனையை அனுப்பி வைக்கும். வருங்காலத்தில் நீங்கள் வெற்றி பெற வேண்டும் என்பதற்காக உங்களுக்கு அனுப்பி வைக்கப்பட்டுள்ள ஒரு வாய்ப்பாக நீங்கள் அப்பிரச்சனையைப் பார்க்க வேண்டும். இதுதான் ஓர் உயர்தர நிர்வாகியின் சிந்தனைப் போக்காகும்.

மதிப்பான படிப்பினையைத் தேடுங்கள்

ஒவ்வொரு பின்னடைவின்போதும், அதிலிருந்து உங்களுக்குக் கிடைக்கக்கூடிய படிப்பினையை உங்களால் தேட முடிந்தால், ஓர் எதிர்மறைச் சூழலில்கூட உங்களால் நன்னம்பிக்கை மனப்போக்குடன் இருக்க முடியும். ஒவ்வொரு பிரச்சனைக்குள்ளும், வருங்காலத்தில் நீங்கள் மேலும் வெற்றியடைய உதவுகின்ற படிப்பினைகள் புதைந்து கிடக்கும் என்பது மறுக்கப்பட முடியாத உண்மை.

இதோ ஒரு பயிற்சி: இப்போது உங்கள் முன் இருக்கின்ற மிகப் பெரிய பிரச்சனை என்ன என்று அடையாளம் காணுங்கள். நீங்கள் வருங்காலத்தில் இன்னும் வேகமாக முன்னேறுவதற்கு உதவக்கூடிய ஒரு படிப்பினை அதற்குள் ஒளிந்திருப்பதாக நீங்கள் கற்பனை செய்து கொள்ளுங்கள். அது என்ன படிப்பினை?

உங்களுடைய மனத்திற்குத் தீனி போடுங்கள்

நீங்கள் ஒரு முழுமையான நன்னம்பிக்கையாளராக ஆக வேண்டுமென்றால், நீங்கள் அடிக்கடி, நேர்மறையான யோசனைகள், தகவல்கள், அறிவு, நேர்மறையாளர்களுடன் கலந்துரையாடுதல் போன்றவற்றை உங்கள் மனத்திற்குத் தீனியாகப் போட வேண்டும்.

பெரும்பாலான நேரங்களில் நீங்கள் எப்படிச் சிந்தித்துக் கொண்டிருக்கிறீர்களோ, அதுவாக நீங்கள் ஆகிவிடுவதைப்போல, நீங்கள் உங்களுடைய மனத்திற்கு எவற்றைத் தீனியாகப் போடுகிறீர்களோ, அதுவாக ஆகிவிடுவீர்கள். நீங்கள் சத்தான உணவை உண்டு வந்தால், உங்கள் உடல் ஆரோக்கியமானதாக மாறும். அதேபோலவே, நீங்கள் உங்கள் மனத்திற்கு நேர்மறையான விஷயங்களைத் தீனியாகப் போட்டு வந்தால், உங்கள் மனம் படைப்பாற்றல்மிக்க ஒன்றாக ஆகும்.

நீங்கள் பிரச்சனைகளை எதிர்கொள்கின்றபோது இப்படிப்பட்டதொரு சிந்தனை முறையை உங்களுக்குள் வளர்த்துக் கொண்டால், உங்களுக்குக் கிடைக்கின்ற படிப்பினைகளையும் முன்னோக்குகளையும் கண்டு பெருவியப்பு அடைவீர்கள். பெரும்பாலான நேரங்களில், உங்களுடைய வருங்கால வெற்றிக்குத் தேவையான படிப்பினைகளை நீங்கள் அதிலிருந்து கற்றுக் கொள்வீர்கள்.

நேர்மறைச் சிந்தனை, நேர்மறைப் பேச்சு, நேர்மறையான மனக்காட்சிப்படைப்பு ஆகியவை உங்களுடைய அதிமனத்தை வெகுவாகத் தூண்டி, அதை வேகமாகவும் துடிப்பாகவும் இயங்க வைக்கும்.

நீங்கள் எவற்றைப் பற்றித் தொடர்ந்து நினைத்துக் கொண்டிருக்கிறீர்களோ, அவற்றை நீங்கள் கண்டிப்பாக உங்களுடைய வாழ்க்கைக்குள் கவர்ந்திழுப்பீர்கள். இதற்கு நேர்மாறாக, நீங்கள் எதிர்மறையாகச் சிந்தித்துக் கொண்டிருந்தாலும், எதிர்காலத்தைப் பற்றிக் கவலைப்பட்டுக் கொண்டிருந்தாலும், இரும்பைக் கவர்ந்திழுக்கின்ற காந்தத்தைப்போல, நீங்கள் ஈர்ப்பு விதியைத் தூண்டிவிட்டு, நீங்கள் அஞ்சிக் கொண்டிருக்கின்ற அதே விஷயங்களை உங்களுடைய வாழ்வுக்குள் கண்டிப்பாகக் கவர்ந்திழுப்பீர்கள். அதனால், மிகவும் கவனமாக இருங்கள்.

உங்களுடைய அதிமனத்திற்குத் தெளிவும்

அர்ப்பணிப்பும் தேவை, தீர்க்கமான உறுதியும் ஆழமான விருப்பமும் தேவை. அது தீவிரமான உணர்ச்சியால் தூண்டிவிடப்படுகிறது. தீவிரமான உணர்ச்சிகளில் தலையாயது விருப்பம். உங்களுக்கு முக்கியமாகப் படுகின்ற ஒன்றை நீங்கள் எவ்வளவு தீவிரமாக விரும்புகிறீர்களோ, அவ்வளவு விரைவாக, நீங்கள் உங்களுடைய இலக்கை அடைவதற்குத் தேவையான யோசனைகளை உங்களுக்குப் பெற்றுத் தருவதற்கு உங்கள் அதிமனம் முயற்சிக்கும்.

செயல்முறைப் பயிற்சிகள்

1. ஒரு முழுமையான நேர்மறையாளராக ஆவதென்று இன்றே முடிவு செய்யுங்கள். நீங்கள் பெற விரும்புகின்ற விஷயங்களைப் பற்றியும், அவற்றை எப்படிப் பெறலாம் என்பதைப் பற்றியும் மட்டுமே சிந்தியுங்கள், பேசுங்கள். ஒவ்வொரு சூழலிலும் இருக்கின்ற நல்ல விஷயங்களை மட்டும் பாருங்கள். ஒவ்வொரு நெருக்கடியிலும் ஒளிந்திருக்கின்ற படிப்பினையைத் தேடுங்கள். உங்கள் மனத்திற்கு, புத்தகங்கள், ஆடியோக்கள், வீடியோக்கள், உரையாடல்கள் போன்றவற்றின் வடிவில் நேர்மறைத் தீனி போடுங்கள்.
2. நன்னம்பிக்கையாளர்களின் மொழிகளைப் பயன்படுத்துங்கள். எதிர்மறை அர்த்தங்களை வெளிப்படுத்துகின்ற சொற்களைத் தவிர்த்துவிட்டு, அவற்றுக்குப் பதிலாக, நேர்மறையான, சக்திமிக்கச் சொற்களைப் பயன்படுத்துங்கள்.

அத்தியாயம் ஏழு

மேதைகளின் பண்புகளை வளர்த்துக் கொள்ளுங்கள்

வரலாற்றில் மேதைகளாகக் கருதப்பட்ட எண்ணற்ற நபர்களின் சிந்தனைப் போக்கு, செயல்நடவடிக்கைகள் மற்றும் நடத்தைகளைத் தெரிந்து கொள்வதற்காகப் பல ஆய்வுகள் மேற்கொள்ளப்பட்டுள்ளன. அவர்களில் பலரின் அறிவாற்றல் சராசரியாகவோ அல்லது அதற்குச் சற்று மேம்பட்டதாகவோ இருந்துள்ளது என்பது கண்டுபிடிக்கப்பட்டுள்ளது. அதாவது, ஐன்ஸ்டைன்தனமான மேதைமை அவர்களிடம் இருக்கவில்லை.

ஆனால், அவர்கள் அனைவரிடமும் மூன்று நடத்தைகள் பொதுவாகக் காணப்பட்டன. அதிர்ஷ்டவசமாக, இந்த நடத்தைகள் வளர்த்துக் கொள்ளப்படக்கூடியவையாக இருக்கின்றன.

இந்த நடத்தைகளை நீங்கள் உங்களிடம் வளர்த்துக் கொண்டால், உங்களால் உங்களுடைய படைப்பாற்றலையும் பிரச்சனைகளுக்குத் தீர்வு காண்கின்ற திறனையும் வளர்த்துக் கொள்ள முடியும்.

1. மன ஆற்றலை ஒருமுகப்படுத்துங்கள்

மேதைகள் அனைவரும் எந்தவிதமான கவனச்சிதறல்களும் இல்லாமல், ஒரு நேரத்தில் ஒரு விஷயத்தில் மட்டுமே தங்களுடைய கவனத்தை 100 சதவீதம் குவிக்கின்றனர். இது ஒருமுகப்படுத்தப்பட்ட மன ஆற்றல் என்று அழைக்கப்படுகிறது. அனைத்துச் சாதனைகளுக்கும் மாபெரும் கண்டுபிடிப்புகளுக்கும் பின்னால் இது இருந்துள்ளது தெரிய வந்துள்ளது. இலக்குகளை அடைதல், சிறப்பான நேர நிர்வாகம், படைப்பாற்றல் தேவைப்படுகின்ற வேலைகள் போன்றவற்றைச் சாதிப்பதற்கு இந்த ஒருமுகப்படுத்தப்பட்ட மன ஆற்றல் தேவை.

துரதிர்ஷ்டவசமாக, இன்று, மக்கள் முடிவேயில்லாத கவனச்சிதறல்களால் திக்குமுக்காடிப் போயுள்ளனர். அவற்றில் முக்கியமானது தொழில்நுட்பரீதியானது. தொடர்ந்து வந்து விழுந்து கொண்டிருகின்ற மின்னஞ்சல்கள் குறித்தச் சிணுங்கல் ஓசை, அலைபேசியில் தொடர்ந்து இறங்கிக் கொண்டிருக்கின்ற செய்திகள் மற்றும் அழைப்புகள் போன்றவை மக்களைப் பாடாய்ப்படுத்திக் கொண்டிருக்கின்றன. இவை போதாதென்று, வேலையிடங்களில் பணிபுரிந்து கொண்டிருப்பவர்கள் பரஸ்பரம் ஒருவரையொருவர் நாள் முழுவதும் தொந்தரவு செய்து கொண்டிருக்கின்றனர். "அலுவலகத்தில் அலுவலக வேலை பார்க்க முடியாது," என்று கூறப்படுவதற்கு இதுதான் காரணம்.

நீங்கள் ஒருமித்தக் கவனத்துடன் வேலை செய்யக் கற்றுக் கொள்ள விரும்பினால், நீங்கள் எந்தவிதமான கவனச்சிதறலும் இன்றி வேலை செய்யக்கூடிய நேரத்

தொகுதிகளை உருவாக்கிக் கொள்ள வேண்டும்.

நேர நிர்வாகம் தொடர்பான ஒரு முக்கியமான விஷயம் என்னவென்றால், சிலவற்றை அப்படியே போட்டுவிடுவதற்கு நீங்கள் தயாராக இருக்க வேண்டும். தினந்தோறும், தொழில்நுட்பத் தொந்தரவு இல்லாத முப்பது நிமிட நேரத் தொகுதிகள், ஒரு மணிநேர நேரத் தொகுதிகள், மற்றும் ஒன்றரை மணிநேர நேரத் தொகுதிகளை நீங்கள் உருவாக்கிக் கொள்ள வேண்டும். உங்களுடைய மனம் அமைதி அடைவதற்கும் நீங்கள் சிறிது நேரத்தை ஒதுக்க வேண்டும். அப்போதுதான் உங்களால் தெளிவாகச் சிந்திக்க முடியும்.

2. பற்றற்ற உறவை உருவாக்கிக் கொள்ளுங்கள்

மேதைகள் ஒரு பிரச்சனையை அணுகும்போது, திறந்த மனத்துடனும், நெகிழ்வுத்தன்மையுடனும், ஒரு குழந்தையின் மனநிலையுடனும் அதை அணுகுகின்றனர்.

உங்களையும், உங்களுடைய வேலையையும், உங்களுடைய தொழிலையும் ஓர் ஒட்டுமொத்த அமைப்பின் அங்கங்களாகப் பார்க்க நீங்கள் முயற்சிக்க வேண்டும். உங்களைச் சுற்றியுள்ள அனைத்தும் எப்படி உங்கள்மீது தாக்கம் ஏற்படுத்துகின்றன என்பதை நீங்கள் பார்க்க வேண்டும். ஒரு நிகழ்ச்சியைத் தனிமைப்படுத்திப் பார்க்காமல், அதற்கு இட்டுச் சென்றுள்ள அனைத்தையும் சேர்த்துப் பார்க்க வேண்டும். அதற்குப் பிறகு நடக்கவிருக்கின்ற விஷயங்களையும் அதனோடு முடிச்சுப் போட வேண்டும்.

ஒரு பிரச்சனைக்கு வழங்கப்படுகின்ற ஒரு குறிப்பிட்டத் தீர்வைத் தலையில் தூக்கி வைத்து ஆடுவதை நீங்கள் தவிர்க்க வேண்டும். நாம் வந்தடைந்துள்ள ஒரு தீர்வைப் பிடித்துத் தொங்கிக் கொண்டிருப்பது படைப்பாற்றல் சிந்தனைக்கு முட்டுக்கட்டை போட்டுவிடும். அப்போது நம்முடைய தற்செருக்கு அந்த யோசனையைச் சிலாகித்து

மற்றவர்களிடம் பெருமையாகக் கூறும். நம்முடைய அணுகுமுறை தவறாக இருந்தாலும், அதைப் பிறரை ஒப்புக் கொள்ள வைக்கின்றபோது, நம்மை நாம் வெற்றியாளர்களாகக் கருதிக் கொள்கிறோம்.

புத்தமதத்தைப் பின்பற்றுகின்ற ஒருவரைப்போல, உங்களுடைய யோசனை தொடர்பாகப் பற்றற்று நடந்து கொள்ளுங்கள். உங்களுடைய பிரச்சனைக்கு இன்னும் பல சாத்தியக்கூறுகள் இருக்கக்கூடும் என்று திறந்த மனத்தோடு இருங்கள். அபாரமானவை என்று நீங்கள் கருதுகின்ற யோசனைகள் குறித்துக்கூட நீங்கள் நெகிழ்வுத்தன்மையுடன் இருக்க வேண்டும். அனைத்துச் சாத்தியக்கூறுகளையும் அலசி ஆராய்ந்த பிறகுதான் நீங்கள் ஒரு யோசனையை ஏற்றுக் கொள்ள வேண்டும்.

உங்களுடைய சொந்த யோசனையைக்கூட, வேறொருவர் உங்களிடம் சமர்ப்பித்துள்ளதுபோல எடுத்துக் கொள்ளுங்கள். அவநம்பிக்கை கொள்ளுங்கள். கேள்விகளைக் கேளுங்கள். அந்த யோசனை முற்றிலுமாக மோசமான ஒன்றாக இருக்கக்கூடும் என்ற அனுமானத்துடனேயே தொடங்குங்கள்.

3. திட்டவட்டமான ஒரு முறையைப் பயன்படுத்துங்கள்

மேதைகள், பிரச்சனைகளைத் தீர்ப்பதற்குத் திட்டவட்டமான, ஒழுங்குமுறையுடன்கூடிய ஒரு முறையைப் பயன்படுத்துவர். அவர்கள் முதலில் அப்பிரச்சனையைத் தெளிவாக வரையறை செய்து அதை எழுத்தில் வடிப்பர். பின் அவர்கள், “இப்பிரச்சனை எப்படி ஏற்பட்டது? இது உண்மையிலேயே ஒரு பிரச்சனையா அல்லது இது ஒரு வாய்ப்பாக இருக்குமோ? இதுதான் உண்மையான பிரச்சனையா, அல்லது தீர்க்கப்பட வேண்டியிருக்கின்ற வேறு ஒரு பெரிய நெருக்கடிக்கான முன்னறிவிப்பா?” என்பன போன்ற கேள்விகளைத் தங்களிடமே கேட்டுக்

கொள்கின்றனர்.

பள்ளியில் உங்களுக்குக் கணிதரீதியாகச் சிந்திக்கச் சொல்லிக் கொடுக்கப்படுகிறது. பள்ளிக்குப் பிறகு நீங்கள் கணிதவியலில் சிறப்புப் பாடம் எடுத்துப் படித்தாலொழிய, பள்ளியில் நீங்கள் படித்திருந்த இயற்கணிதத்தையோ அல்லது வடிவவியலையோ உங்கள் வாழ்க்கையில் ஒருக்காலும் நீங்கள் பயன்படுத்தப் போவதில்லை. ஆனால், இவற்றைப் பள்ளியில் கற்றுக் கொடுப்பதற்கு ஒரு காரணம் இருக்கிறது. ஒரு பிரச்சனைக்குத் தீர்வு காண்பதற்கு, அதன் தொடக்கத்திலிருந்து இறுதிவரை ஓர் ஒழுங்குமுறையுடன் இயங்குவது எப்படி என்பதை அது கற்றுக் கொடுக்கிறது. எந்தவொரு பிரச்சனையாக இருந்தாலும், அதைத் தர்க்கரீதியாகவும் ஒழுங்குமுறையுடனும் அணுகுவதற்கு நீங்கள் பள்ளியில் கற்றுக் கொள்கிறீர்கள். உங்களுடைய வாழ்வின் பிற பகுதிகளிலும் பயன்படுத்தத்தக்க ஒரு திறமை அது. அனைத்து மேதைகளும் எந்தவொரு பிரச்சனைக்கும் ஒழுங்குமுறையுடன்கூடிய ஒரு வழியின் மூலமாகவே தீர்வு காண்கின்றனர்.

எல்லாவற்றையும்விட மேலாக, செயலில் இறங்குவதே மிக முக்கியமானது. நீங்கள் எதைச் செய்கிறீர்களோ, அதுவாகத்தான் நீங்கள் ஆகிறீர்கள். மேதைகளின் நடத்தைகளை நீங்களும் பின்பற்றுகின்றபோது, விரைவில் நீங்களும் அவர்களுடைய தரத்தில் இயங்கத் தொடங்கிவிடுகிறீர்கள்.

செயல்முறைப் பயிற்சிகள்

1. நீங்கள் இன்று எதிர்கொண்டுள்ள ஒரு பெரிய பிரச்சனையை எடுத்துக் கொண்டு, அதைப் பற்றிய அனைத்து விபரங்களையும் ஒரு காகிதத்தில் எழுதிக் கொள்ளுங்கள். சில வேளைகளில், நீங்கள் எழுதிக் கொண்டிருக்கும்போதே அதற்கான தீர்வு

உங்களுக்குத் தோன்றும்.

2. உங்களுடைய பிரச்சனையிலிருந்து விலகியிருந்து, அதற்கும் உங்களுடைய வேலையில் பிற அம்சங்களுக்கும் இடையே ஏதாவது தொடர்பு இருக்கிறதா என்று அவதானியுங்கள். ஒரு காகிதத்தை எடுத்து அதன் நடுவில் ஒரு வட்டத்தை வரையுங்கள். அதில் உங்களுடைய பிரச்சனையை எழுதுங்கள். பின் அந்த வட்டத்திலிருந்து வெளிப்புறமாக, ஒரு மரத்தின் கிளைகளைப்போல, அந்தக் காகிதத்தின் அனைத்துத் திசைகளையும் நோக்கிக் கோடுகளை இழுத்து, அவற்றின் முடிவில் சிறிய வட்டங்களை வரையுங்கள். பின் அந்த வட்டங்களுக்குள், இந்தப் பிரச்சனையோடு தொடர்புடைய நபர்கள் மற்றும் பிற காரணிகளை எழுதுங்கள்.

அத்தியாயம் எட்டு

பிரச்சனைகளுக்குத் தீர்வு காண்கின்ற ஏழு கட்ட வழிமுறை

ஒரு பிரச்சனைக்குத் தரமான தீர்வுகளைப் பெறுவதற்கு, எந்தவொரு முறையும் இல்லாதிருப்பதைவிட ஏதாவது ஒரு முறையைப் பயன்படுத்துவது கண்டிப்பாக மேலானதாகத்தான் இருக்கும். அவற்றில் ஒன்றை இப்போது நாம் பார்க்கலாம். அது ஏழு கட்ட வழிமுறைகளை அடக்கியுள்ள ஒரு தீர்வு முறையாகும்.

1. பிரச்சனையைத் தெளிவாக விளக்கி எழுதிக் கொள்ளுங்கள்

நீங்கள் உங்களுடைய பிரச்சனையை ஒரு காகிதத்தில் அல்லது ஒரு வெள்ளைப் பலகையில்

எழுதிக் கொள்கின்றபோது, நீங்கள் உங்களுடைய பார்த்தல் உணர்வு, கேட்டல் உணர்வு மற்றும் தசையியக்க உணர்வைப் பயன்படுத்துவதற்குத் தூண்டப்படுகிறீர்கள். அதாவது, நீங்கள் உங்களுடைய மூளையின் பல பகுதிகளையும் இதில் ஈடுபடுத்துகிறீர்கள். ஒரு பிரச்சனையைத் தெளிவாக விவரிப்பதன் மூலமாக அது 50 சதவீதம் தீர்க்கப்பட்டுவிடுகிறது.

பெரும்பாலான நேரங்களில், மக்கள் ஒரு பிரச்சனையோடு நீண்டகாலமாக மல்லுக்கு நின்று கொண்டிருப்பதற்கு, அது என்ன என்பதை அவர்கள் தெளிவாக வரையறுக்காமல் இருந்து வந்ததுதான் காரணமாக இருக்கும். உங்களுடைய தனிப்பட்ட வாழ்க்கையிலும் சரி, தொழில் வாழ்க்கையிலும் சரி, உங்களுடைய வெற்றிக்குப் பெரும் தடையாக இருப்பது தெளிவற்றச் சிந்தனைதான்.

2. தகவல்களைத் திரட்டுங்கள்

படித்து, ஆராய்ந்து தகவல்களைத் திரட்டுங்கள். உலகின் தலைசிறந்த நிர்வாக ஆலோசனை நிறுவனங்களில் மெக்கின்சி நிறுவனமும் ஒன்று. அவர்கள் மெக்கின்சி முறை என்ற ஒன்றைக் கையாள்கின்றனர். அதன்படி, முதலில் நீங்கள் உங்களுடைய பிரச்சனையையும் அதன் பல்வேறு வடிவங்களையும் அடையாளம் காண வேண்டும். அடுத்து, நீங்கள் அடையாளம் கண்டுள்ள பிரச்சனை வெறும் அனுமானம் அல்ல, அது உண்மையிலேயே ஒரு பிரச்சனைதான் என்பதை உங்களால் முடிந்த அனைத்து வழிகளிலும் நீங்கள் உறுதி செய்து கொள்ள வேண்டும்.

நீங்கள் ஒரு பிரச்சனை குறித்து எவ்வளவு அதிகமான தகவல்களைச் சேகரிக்கிறீர்களோ, கடையப்படுகின்ற தயிரிலிருந்து வெண்ணெய் திரண்டு வருவதுபோல, சரியான தீர்வு மேலெழுந்து வருவதற்கான வாய்ப்புகள்

அவ்வளவு அதிகரிக்கும். உங்களுடைய தகவல்கள் உங்களை எங்கே அழைத்துச் செல்கின்றனவோ அங்கே பயணிக்கத் தயாராக இருங்கள். நீங்கள் முதலில் யோசித்து வைத்திருந்த தீர்வைப் பிடித்துத் தொங்கிக் கொண்டு அதற்கு ஆதரவான தகவல்களைச் சேகரிக்கின்ற சபலத்திற்கு ஆளாகிவிடாதீர்கள். திறந்த மனத்துடன் இருங்கள்.

3. சக்கரத்தை மறுகண்டுபிடிப்பு செய்கின்ற வேலையில் ஈடுபடாதீர்கள்

இப்போது நீங்கள் எதிர்கொண்டிருக்கின்ற பிரச்சனை, வேறு யாரோ ஒருவரால், வேறு ஏதோ ஓர் இடத்தில் தீர்க்கப்பட்டிருக்கலாம் என்பதை நினைவில் வைத்துக் கொள்ளுங்கள். அதற்கு அவர்கள் ஒரு பெரும் விலையைக்கூடக் கொடுத்திருக்கலாம். அதனால், நீங்கள் சக்கரத்தை மறுகண்டுபிடிப்பு செய்கின்ற முட்டாள்தனத்தைச் செய்யாதீர்கள். விபரமறிந்தவர்களை அணுகுங்கள், வல்லுநர்களின் உதவியை நாடுங்கள். உங்களுக்கு இருக்கின்ற அதே பிரச்சனையை எதிர்கொண்டவர்களைக் கண்டறிந்து, அவர்கள் அப்பிரச்சனைக்கு எப்படித் தீர்வு கண்டனர் என்று தெரிந்து கொள்ள முயலுங்கள். பெரும்பாலான நேரங்களில் நீங்கள் ஆதியிலிருந்து தொடங்க வேண்டிய அவசியம் இருக்காது.

ஒரு பிரச்சனையில் தேவையில்லாமல் நேரமும் பணமும் விரயமாவதைத் தடுப்பதற்கான சிறந்த வழிகளில், அப்பிரச்சனைக்குத் தீர்வு காண்பதற்கு அத்துறைசார் வல்லுநர் அல்லது ஆலோசனையாளர் ஒருவரின் உதவியை நாடுவதும் ஒன்று. நீங்களே அப்பிரச்சனைக்குத் தீர்வு காண முயல்கின்றபோது, அதற்காக நேரடியாகச் செலவிடப்படுகின்ற பணத்தையும், அதற்கு ஆகக்கூடிய நேர விரயத்தின் மூலமாக ஏற்படக்கூடிய பண இழப்பையும் கணக்கில்

எடுத்துக் கொண்டால், வல்லுநர்களுக்குக் கொடுக்க வேண்டியிருக்கின்ற பணம் குறைச்சலாகத்தான் இருக்கும். என் தொழிலில் நான் மேற்கொண்ட செலவுமிக்கத் தவறுகளில் பல, என் திட்டங்களில் சிலவற்றை ஒரு வல்லுநரிடம் ஒப்படைக்க நான் தயங்கியதால் ஏற்பட்டவையே.

4. உங்களுடைய ஆழ்மனத்திடம் வேலையை ஒப்படையுங்கள்

உங்களுடைய பிரச்சனை தொடர்பான அனைத்துத் தகவல்களையும் சேகரித்து, அதனோடு தொடர்புடையவர்களோடு அதைப் பற்றி முழுமையாக விவாதித்தப் பிறகு, முதலில் அதை நீங்கள் பிரக்ஞைபூர்வமாகத் தீர்ப்பதற்கு முயல வேண்டும். அது தொடர்பாக உங்களால் என்னென்ன செய்ய முடியும் என்று யோசியுங்கள். உங்களுக்கு உதித்துள்ள யோசனைகள் எதுவுமே உங்களுக்குத் திருப்திகரமாக இல்லையென்றால், அப்போதைக்கு அப்பிரச்சனையை ஓர் ஓரமாகத் தள்ளி வைத்துவிடுங்கள். சிறிது காலம் கழித்து அதைப் பற்றி மீண்டும் விவாதிப்பதற்கு ஒரு நாள் குறித்துக் கொள்ளுங்கள். அதில் தொடர்புடைய அனைவருக்கும் அதைப் பற்றி ஆற அமர யோசிப்பதற்கு அது இன்னும் கூடுதலான கால அவகாசத்தைக் கொடுக்கும்.

உங்களுடைய பிரச்சனையைத் தீர்ப்பதற்குத் தேவையான அனைத்துத் தகவல்களையும் சேகரித்து, உங்களால் முடிந்த அனைத்து வழிகளிலும் நீங்கள் யோசித்துப் பார்த்தப் பிறகும் உங்களுக்கு ஒரு தீர்வு கிட்டவில்லை என்றால், அந்த முயற்சியை ஒட்டுமொத்தமாகக் கைவிட்டுவிட்டு, வேறு ஏதாவது ஒரு வேலையில் கவனம் செலுத்துங்கள்.

இப்படி நீங்கள் உங்களுடைய கவனக்குவிப்பை உங்களுடைய பிரச்சனையிலிருந்து எடுத்து, வேறு

ஏதாவது ஒரு வேலையில் செலுத்துகின்றபோது, உங்களுடைய ஆழ்மனமும் அதிமனமும் ஒரு அதிகணினியைப்போல இருபத்து நான்கு மணிநேரமும் அதில் மூழ்கி அதற்குத் தீர்வு காண முயற்சிக்கும். அது, உங்களுக்கு அத்தீர்வு தேவைப்படுகின்ற கச்சிதமான கணத்தில், சரியான பதிலை உங்களுக்குக் கொண்டுவந்து கொடுக்கும்.

5. உங்களுடைய தூக்கத்தை இதற்குப் பயன்படுத்துங்கள்

படுக்கச் செல்வதற்கு முன்பு, உங்களுடைய பிரச்சனையைப் பற்றித் தீவிரமாக யோசித்துவிட்டு, அதற்கு ஒரு தீர்வைக் காணும்படி உங்களுடைய ஆழ்மனத்திற்குக் கட்டளையிடுங்கள். குறிப்பாக, ஒரு முக்கியமான பிரச்சனைக்கு அடுத்த நாள் நீங்கள் தீர்வு காண வேண்டிய நிர்ப்பந்தம் இருக்கின்றபோது இது சிறப்பாகப் பலனளிப்பதாகத் தோன்றுகிறது. பெரும்பாலும், நீங்கள் உங்களுடைய ஆழ்மனத்திடம் ஒப்படைத்துள்ள பிரச்சனைக்கான தீர்வுடன் நீங்கள் மறுநாள் கண்விழிப்பீர்கள். சில நேரங்களில் நடு இரவில்கூட நீங்கள் அதற்கான ஒரு தீர்வுடன் விழிக்கக்கூடும். நீங்கள் மறுநாள் காலையில் கண்விழிக்கின்றபோது, உங்களுடைய தோளில் வந்து அமர்கின்ற ஒரு பட்டாம்பூச்சியைப்போல, தீர்வு உங்களை வந்தடைந்திருக்கும்.

6. எழுதிக் கொள்ளுங்கள்

நீங்கள் உங்கள் ஆழ்மனத்திடம் உங்களுடைய பிரச்சனையை ஒப்படைத்தப் பிறகு அதற்கான பதில் திடீரென்று உங்களுக்குத் தோன்றும் என்பதால், ஒரு குறிப்பேட்டையும் ஒரு பேனாவையும் தயாராக

வைத்திருப்பது நல்லது. உங்களுடைய பிரச்சனைக்கான தீர்வு உங்களுடைய மனத்தில் பளிச்சிடுகின்றபோது, அதை உடனடியாக நீங்கள் உங்களுடைய குறிப்பேட்டில் குறித்துக் கொள்ள வேண்டும். இல்லையெனில், அதை நீங்கள் மறந்துவிடக்கூடும். ஒரு சிறந்த யோசனை உங்களுக்குப் பல ஆண்டுகாலக் கடின உழைப்பை மிச்சப்படுத்திக் கொடுக்கக்கூடும். ஒரு வளமான எதிர்காலத்தை வடிவமைத்துக் கொள்வதற்குச் சில சமயங்களில் உங்களுக்கு ஒரே ஒரு நல்ல யோசனை மட்டுமே தேவைப்படக்கூடும்.

7. செயல்நடவடிக்கையில் குதியுங்கள்

இறுதியாக, உங்களுக்குத் தோன்றியுள்ள யோசனை எதுவாக இருந்தாலும் உடனடியாக அதைச் செயல்படுத்துகின்ற நடவடிக்கையில் இறங்குங்கள். தயங்காதீர்கள். பெரும்பாலான யோசனைகள் ஒரு மறைமுகமான காலக்கெடுவுடன்தான் இருக்கும். நீங்கள் உடனடியாக அவற்றைச் செயல்படுத்தினால், அவை அற்புதமான விளைவுகளை ஏற்படுத்தும். நடவடிக்கை எடுப்பதற்கு நீங்கள் காலம் தாழ்த்தினால், உங்களுக்குக் கிடைத்துள்ள நல்வாய்ப்பு கை நழுவிவிடக்கூடும். அது உங்களுக்கு நேராமல் பார்த்துக் கொள்ளுங்கள்.

செயல்முறைப் பயிற்சி

1. உங்களுடைய பிரச்சனை குறித்து கூகுளில் தேடுங்கள். அது தொடர்பாக உங்களுக்குக் கிடைக்கின்ற அனைத்துத் தரவுகளையும் தரவிறக்கம் செய்து அவற்றைக் கவனமாகப் பரிசீலனை செய்யுங்கள். உங்களுடைய பிரச்சனைக்கான தீர்வுகளை ஏற்கனவே பல பேர் கண்டறிந்துள்ளது குறித்து நீங்கள் பெரும் வியப்புக் கொள்வீர்கள்.

2. உங்களுடைய பிரச்சனை குறித்தத் தெளிவு உங்களுக்கு ஏற்பட்டதும், அதே போன்ற பிரச்சனையை எதிர்கொண்டுள்ள நபர்களைப் பற்றி விசாரியுங்கள். அதை அவர்கள் எப்படித் தீர்த்துள்ளனர் என்பதைக் கண்டறியுங்கள். உங்களையொத்தப் பிரச்சனையைக் கொண்டிருந்து அதற்குத் தீர்வு கண்டவர்களைத் தெரியுமா என்று உங்களுக்கு வேண்டப்பட்டவர்களிடம் விசாரியுங்கள். துல்லியமாக நீங்கள் யாருடன் பேச வேண்டுமோ அந்த நபரை நீங்கள் விரைவில் கண்டறிவது குறித்து நீங்கள் வியப்படைவீர்கள்.

அத்தியாயம் ஒன்பது

மூளையைத் தூண்டும் பயிற்சிகள்

அறிவே ஆற்றல் என்ற கூற்றை நீங்கள் கேள்விப்பட்டிருப்பீர்கள்.

ஒரு குறிப்பிட்ட விளைவை அல்லது பயனை ஏற்படுத்துவதற்காகப் பயன்படுத்தப்படக்கூடிய அறிவுக்கு மட்டுமே ஆற்றல் உண்டு. அறிவே எல்லாம் என்றால், நூலகங்கள் அனைத்தும் செல்வச் செழிப்பில் மிதந்து கொண்டிருக்க வேண்டும்.

உங்களுடைய அறிவையும் படைப்பாற்றலையும் பயன்படுத்தத்தக்கப் பிரச்சனைகளை நீங்கள் அடையாளம் காண்பதற்கான சில பயிற்சிகளை அடுத்துப் பார்க்கலாம்.

விரைவுப் பட்டியல் முறை

இதுதான் முதல் பயிற்சி: “இப்போது உங்களுக்கு

முக்கியமாகப்படுகின்ற மூன்று இலக்குகள் என்னென்ன?" என்ற கேள்விக்கான பதிலை நீங்கள் முப்பது நொடிகளுக்குள் எழுத வேண்டும்.

இதற்கு விரைவுப் பட்டியல் முறை என்று பெயர். உங்களுக்கு மிகவும் முக்கியமாகத் தெரிகின்ற மூன்று இலக்குகளை முப்பது நொடிகளுக்குள் எழுத வேண்டும் என்ற நிர்ப்பந்தம் உங்களுக்கு ஏற்படுகின்றபோது, மூன்று இலக்குகள் திடீரென்று உங்களுடைய மனத்திற்குள் வந்து குதிப்பதைக் கண்டு நீங்கள் வியப்படையக்கூடும்.

நான் நடத்துகின்ற கருத்தரங்குகளில், அதில் பங்கேற்க வருபவர்களிடம் நான் இந்தப் பயிற்சியை மேற்கொள்ளுமாறு கூறுவேன். அதில் பங்கேற்பவர்களில் 80 சதவீதத்தினர் எழுதுகின்ற இலக்குகள், மூன்று விஷயங்களைச் சுற்றியே இருக்கும். பணம் தொடர்பான இலக்கு, குடும்பம் தொடர்பான இலக்கு, ஆரோக்கியம் தொடர்பான இலக்கு ஆகியவையே அந்த மூன்றும். அவை சரியானவையும்கூட. ஏனெனில், இந்த மூன்று பகுதிகள்தாம் எவரொருவரின் வாழ்க்கையிலும் மிக முக்கிய அங்கம் வகிக்கின்ற மூன்று விஷயங்களாகும்.

இந்தக் கேள்விக்கு பதிலளித்தவுடன், நான் அவர்களிடம், அந்த மூன்று பகுதிகளிலும் அவர்கள் தங்களுடைய வாழ்க்கையில் எந்த அளவுக்குத் திருப்தியுடன் இருக்கின்றனர் என்பதைக் கணக்கிட்டு, அதற்கு ஒன்று முதல் பத்துவரையிலான மதிப்பெண்களை வழங்குமாறு கேட்டுக் கொள்வேன். அவர்கள் எந்தப் பகுதிக்கு மிகவும் குறைவான மதிப்பெண்களை வழங்குகிறார்களோ, அந்தப் பகுதிதான் அவர்களுடைய வாழ்க்கையில் பிரச்சனைக்குரியதாக இருக்கும். இதை முயற்சி செய்து பார்த்து நீங்களே அறிந்து கொள்ளுங்கள்.

தொழில் துறையில் இருப்பவர்களுக்கு நான் கருத்தரங்குகளை நடத்துகின்றபோது, இதே பயிற்சியைச் சற்று மாறுபட்ட விதத்தில் நான் மேற்கொள்வேன். அதில் கலந்து கொள்கின்ற தொழிலதிபர்கள் மற்றும் நிர்வாக அதிகாரிகளிடம், அவர்களுடைய

நிறுவனத்தின் பொருள் உற்பத்தி, விற்பனை, சந்தை, ஊழியர்கள், நிதி ஆகிய பகுதிகள் தொடர்பான சில கேள்விகளை நான் கேட்பேன். அந்தக் கேள்விகள் ஒவ்வொன்றுக்கும் அவர்கள் முப்பது நொடிகளுக்குள் ஒரு காகிதத்தில் தங்களுடைய பதில்களை எழுதுமாறு நான் கோருவேன். அவர்களுடைய பதில்களில் பல அவர்களையே பிரமிக்க வைப்பவையாக இருக்கும். சில அவர்களுடைய தொழில்களைத் தலைகீழாகப் புரட்டிப் போடுபவையாக இருக்கும்.

ஈவு இரக்கமற்றக் கேள்விகள்

தலைமைத்துவம் என்பது பிரச்சனைகளுக்குத் தீர்வு காண்கின்ற திறனாகும். பொதுவாக, ஏதாவது ஒருவிதமான பிரச்சனைகளே உங்களுக்கும் உங்களுடைய இலக்குகளுக்கும் குறுக்கே நின்று கொண்டிருக்கும். அடுத்தப் பயிற்சி, ஜிம் காலின்ஸ் கூறுகின்ற 'ஈவு இரக்கமற்றக் கேள்விகளைக்' கேட்பது. இக்கேள்விகள், நீங்கள் உங்களுடைய பிரச்சனையில் கவனத்தைக் குவிக்க உங்களை நிர்ப்பந்திக்கும்.

நீங்கள் இந்தப் பொதுவான கேள்வியோடு தொடங்கலாம்: "என் தொழிலில் இன்று என்னை அழுத்திக் கொண்டிருக்கும் மூன்று முக்கியப் பிரச்சனைகள் என்னென்ன?" அதைத் தொடர்ந்து நீங்கள் உங்களுடைய தொழிலின் பிற அம்சங்கள் தொடர்பான கேள்விகளைக் கேட்கத் தொடங்கலாம். எடுத்துக்காட்டாக:

1. இன்று நான் எதிர்கொண்டுள்ள மூன்று முக்கியத் தொழில் பிரச்சனைகள் என்னென்ன?
2. இன்று நான் எதிர்கொண்டுள்ள மூன்று முக்கிய நிதிப் பிரச்சனைகள் என்னென்ன?
3. இன்று நான் எதிர்கொண்டுள்ள மூன்று முக்கிய விற்பனைப் பிரச்சனைகள் என்னென்ன?

4. இன்று நான் எதிர்கொண்டுள்ள மூன்று முக்கியச் சந்தைப் பிரச்சனைகள் என்னென்ன?
5. இன்று நான் எதிர்கொண்டுள்ள மூன்று முக்கிய ஊழியர்கள் பிரச்சனைகள் என்னென்ன?
6. இன்று நான் எதிர்கொண்டுள்ள மூன்று முக்கிய உற்பத்திப் பிரச்சனைகள் என்னென்ன?
7. வர்த்தக விளைவுகளை உடனடியாக மேம்படுத்துவதற்கு நான் மேற்கொள்ளக்கூடிய மூன்று முக்கியமான நடவடிக்கைகள் என்னவாக இருக்கும்?

இக்கேள்விகளைக் கேட்டு, அவற்றுக்குத் துல்லியமான விடைகளை அளித்து, கிடைக்கின்ற பதில்களை வைத்து, நீங்கள் அடையாளம் காண்கின்ற பிரச்சனைகளுக்கான தீர்வுகளை மேற்கொள்கின்ற உங்களுடைய திறன் உங்களுடைய தொழிலின் வெற்றியைத் தீர்மானிப்பதில் மிக முக்கியப் பங்கு வகிக்கும்.

80/20 விதியைப் பயன்படுத்துங்கள்

80/20 விதி, தனிப்பட்ட வாழ்க்கை, தொழில் வாழ்க்கை ஆகிய இரண்டுக்குமே பொருந்தும். இங்கு, உங்களுடைய பிரச்சனைகள், தடைகள், நெருக்கடிகள், கவலைகள் ஆகியவற்றில் 80 சதவீதம் உங்களுக்குள் இருக்கின்றன அல்லது உங்களுடைய தொழிலுக்குள் இருக்கின்றன. வெறும் 20 சதவீதம் மட்டுமே வெளிக் காரணிகள் அல்லது வேற்று மனிதர்களிடமிருந்து வருகின்றன.

ஒருவர் ஒரு நல்ல சிந்தனையாளராக இருந்தால், அவர் முதலில் பிரச்சனையைத் தெளிவாக அடையாளம் கண்டுவிட்டு, “இந்தப் பிரச்சனைக்குக் காரணமான ஏதேனும் ஓர் அம்சம் என்னிடமோ

அல்லது என் நிறுவனத்திடமோ இருக்கக்கூடுமோ?" என்ற கேள்வியைக் கேட்பார்.

உங்களுக்குப் பிடித்தமான சாக்குப்போக்குகளை அடையாளம் காணுங்கள்

தொழிலுலகில் உள்ளவர்களுக்காக நான் நடத்துகின்ற கருத்தரங்குகளில் நான் இவ்வாறு கேட்பதுண்டு: "இங்குள்ளவர்கள் யார் யார் தங்களுடைய இலாப விகிதத்தை இரட்டிப்பாக்கிக் கொள்ள விரும்புகிறீர்கள்?"

உடனே அந்த அறையிலுள்ளவர்கள் அனைவரும் தங்களுடைய கைகளைத் தூக்குவர். உடனே நான் அவர்களிடம் அடுத்தக் கேள்வியை வீசுவேன்: "உங்களுடைய இலாப விகிதம் இன்று உள்ளதைப்போல இரண்டு மடங்காக ஏன் ஏற்கனவே இருக்கவில்லை?"

அவர்களை ஒத்தத் துறையில் இருக்கின்ற நிறைய நிறுவனங்கள், அவர்களுடைய இலாப விகிதத்தைப்போல இரண்டு மடங்கு, ஐந்து மடங்கு, அல்லது பத்து மடங்கு சம்பாதித்துக் கொண்டிருப்பதை அப்போது நான் அவர்களுக்குச் சுட்டிக்காட்டுவேன். அந்த நிறுவனங்கள், என் கருத்தரங்கில் பங்கேற்றுள்ளவர்களின் நிறுவனங்கள் இருக்கின்ற அதே சந்தையில், அதே போட்டியை எதிர்கொண்டுள்ளபோதிலும் எப்படி அவற்றால் அவர்களைவிடப் பல மடங்கு அதிக இலாபம் ஈட்ட முடிகிறது என்று நான் கேட்பேன்.

இந்தப் பயிற்சி, தங்களுடைய பிரச்சனைகளுக்கு மக்கள் தங்களுக்குத் தாங்களே வழங்கிக் கொண்டிருக்கின்ற சாக்குப்போக்குகளை அடையாளம் காண உதவும். உங்களுடைய தொழில் இன்று இருப்பதைப்போல ஏன் இரண்டு மடங்காக இல்லை? அதற்கு நீங்கள் கொடுக்கின்ற சாக்குப்போக்குகள் என்னென்ன? உச்சபட்சச் செயல்திறனுடன் நீங்கள் இயங்காமல் இருப்பதற்கு நீங்கள் உங்களிடமும்

பிறரிடமும் என்ன கூறிக் கொண்டிருக்கிறீர்கள்?

உங்களுக்குள் இருக்கின்ற அல்லது உங்களுடைய நிறுவனத்தில் இருக்கின்ற எது உங்களைப் பின்னுக்கு இழுத்துப் பிடித்துக் கொண்டிருக்கிறது?

இக்கேள்விகளைத் தொடர்ந்து கேட்டு அவற்றுக்குப் பதிலளித்துக் கொண்டிருப்பதன் மூலம் உங்களால் உங்களுடைய படைப்பாற்றலைத் தூண்டிவிட முடியும்; உங்களுடைய இலக்குகளை அடைவதற்குக் குறுக்கே நின்று கொண்டிருக்கின்ற தடைகளைத் தாண்ட வும், பிரச்சனைகளைத் தீர்க்கவும் தேவையான யோசனைகளை உங்களால் பெற முடியும்.

ஒரு இலட்சிய முன்னோக்கை மனத்தில் உருவாக்குங்கள்

தலைவர்கள் ஒரு இலட்சிய முன்னோக்கைக் கொண்டிருப்பர். இலட்சிய முன்னோக்கு என்பது ஒரு கச்சிதமான வருங்காலத்தைக் கற்பனை செய்துவிட்டு, வருங்காலத்தில் அதை அடைவதற்கு ஒரு திட்டத்தை உருவாக்குவதாகும்.

உங்களுடைய கையில் ஒரு மந்திரக்கோல் இருந்து, அதை ஆட்டுவதன் மூலம், அனைத்து அம்சங்களிலும் கச்சிதமாக இருக்கின்ற விதத்தில் உங்களுடைய தொழிலை உங்களால் மாற்ற முடியும் என்றால், அது எப்படி இருக்கும்? இன்று இருப்பதிலிருந்து அது எந்த விதத்தில் மாறுபட்டதாக இருக்கும்? அந்த நிலையை அடைவதற்கு நீங்கள் எடுத்து வைக்க வேண்டிய முதல் அடி என்னவாக இருக்கும்?

அந்த முதல் அடி என்ன என்று இன்றே தீர்மானித்து, அதை உடனடியாகச் செயல்படுத்துங்கள். மற்ற அனைத்தும் அதனிடமிருந்து பீறிட்டுக் கிளம்பும். குறைந்தபட்சம், உங்களுக்கு முன்னால் இருக்கின்ற ஓர் அடியையாவது கண்டிப்பாக உங்களால் பார்க்க முடியும். உங்களுடைய கச்சிதமான வருங்காலத்திற்கு

இட்டுச் செல்கின்ற மொத்தப் பாதையையும் உங்களால் பார்க்க முடியாமல் இருக்கலாம். ஆனால், உங்களால் எப்போதும் கண்டிப்பாக ஓர் அடியைப் பார்க்க முடியும். உங்களால் எந்த அளவுக்குப் பார்க்க முடிகிறதோ, அந்த அளவுக்கு நீங்கள் முன்னேறிச் சென்றால், அடுத்துச் செல்வதற்கான வழியை உங்களால் பார்க்க முடியும்.

உச்சபட்சச் செயல்திறனுடன் இயங்குவதற்கு இந்த உத்தி சிறப்பாக வேலை செய்யும். ஒரு கச்சிதமான வருங்காலத்தைக் கற்பனை செய்துவிட்டு, நிகழ்காலத்திற்குத் திரும்பி முன்னோக்கிப் பார்க்கின்றபோது, உங்களால் எண்ணற்றப் புதிய சாத்தியக்கூறுகளைப் பார்க்க முடியும்.

மாயாஜாலமான கேள்வி

இது ஒரு சுவாரசியமான பயிற்சி. உங்களிடம் நீங்கள், "நான் ஒரு மாபெரும் விஷயத்தில் துணிந்து இறங்கினால், அதில் கண்டிப்பாகத் தோற்றுப் போக மாட்டேன் என்று தெரிந்தால், நான் மேற்கொள்ளக்கூடிய அந்த மாபெரும் காரியம் என்னவாக இருக்கும்?" என்று கேளுங்கள்.

அந்த மந்திரக்கோல் இன்னும் உங்களுடைய கைகளில் இருப்பதாகக் கற்பனை செய்து கொள்ளுங்கள். அதை ஆட்டுவதன் மூலம் உங்களுடைய வாழ்க்கையில் ஒரே ஓர் இலக்கை உங்களால் அடைய முடியும். அந்த இலக்கு எதுவாகவும் இருக்கலாம் என்றால், நீங்கள் தேர்ந்தெடுக்கக்கூடிய இலக்கு என்னவாக இருக்கும்?

உங்களுடைய பதில் என்னவாக இருந்தாலும், அதை ஒரு காகிதத்தில் எழுதிக் கொள்ளுங்கள். பின் அதை ஒரு திட்டமாக மாற்றி, அதை நோக்கித் தினந்தோறும் செயல்நடவடிக்கையில் இறங்குங்கள். முதலடியை எடுத்து வையுங்கள். எதையாவது செய்யுங்கள். எதை வேண்டுமானாலும் செய்யுங்கள். ஆனால், தினந்தோறும் அந்த மாபெரும் இலக்குத்

தொடர்பாக ஏதாவது ஒன்றைச் செய்யுங்கள்.

செயல்முறைப் பயிற்சிகள்

1. உங்களுடைய தனிப்பட்ட வாழ்க்கையிலும் தொழில் வாழ்க்கையிலும் உங்களுடைய மூன்று முக்கியமான இலக்குகளை அடையாளம் காணுங்கள். அவற்றை ஒரு காகிதத்தில் எழுதிக் கொள்ளுங்கள்.
2. ஓர் இலக்கை நீங்கள் அடைகின்ற பட்சத்தில், அது உங்களுடைய வாழ்க்கையில் ஒரு மிகப் பெரிய நேர்மறைத் தாக்கத்தை ஏற்படுத்தக்கூடும் என்றால், அது எந்த இலக்காக இருக்கும்?

அத்தியாயம் பத்து

சிந்திப்பதற்கு உங்களுடைய மூன்று மனங்களையும் பயன்படுத்துங்கள்

ஒவ்வொரு நபருக்கும் மூன்று மனங்கள் இருக்கின்றன. அவற்றைக் கொண்டு அவர் சிந்திக்கிறார், பிரச்சனைகளைத் தீர்க்கிறார், தீர்மானங்கள் எடுக்கிறார், இலக்குகளை அடைகிறார். இந்த மூன்று மனங்களுக்கும் இடையேயுள்ள வேறுபாடுகளைப் புரிந்து கொள்வதற்கும், உங்களுடைய வாழ்க்கையை மேம்படுத்திக் கொள்வதற்கு அவற்றின் ஆற்றல்களை முழுமையாகப் பயன்படுத்திக் கொள்வதற்குமான உங்களுடைய திறன், உங்களுடைய செயல்பாடுகளின் விளைவுகளைப் பன்மடங்கு பெருக்கும்.

வெளிமனம்

எப்போதும் விழிப்புணர்வுடனும் எச்சரிக்கையுடனும் இருக்கின்ற மனம் இது. நீங்கள் மும்முரமாகவும் செயல்துடிப்புடனும் இருக்கும்போது இதை நீங்கள் பயன்படுத்துகிறீர்கள். வெளிமனம் புறரீதியானது, பகுத்து ஆராயக்கூடியது, பகுத்தறிவுரீதியானது, விமர்சனபூர்வமானது மற்றும் நடைமுறைக்கு ஏற்றது. அது பல மூலங்களிலிருந்து தகவல்களை உள்வாங்கி, அவற்றை அலசி ஆராய்ந்து, ஞாபகத்திற்குள் சேமித்து வைக்கப்பட்டுள்ளவற்றோடு அவற்றை ஒப்பிட்டுத் தீர்மானங்களை எடுக்கிறது. புதிய தகவல்கள் உங்களுடைய வெளிமனத்தின் ஊடாகத்தான் உங்களுடைய மூளையை அடைகின்றன. இந்த விதத்தில் அது மூளைக்கான வாசற்கதவைப்போலச் செயல்படுகிறது.

டேனியல் கானமென் தன்னுடைய 'திங்கிங், ஃபாஸ்ட் அன்ட் ஸ்லோ' என்ற நூலில், நீங்கள் உங்களுடைய வெளிமனத்தை எப்போதும் இரண்டு வழிகளில் பயன்படுத்திக் கொண்டிருப்பதாகத் தெரிவிக்கிறார்.

துரிதச் சிந்தனை

முதல் வழி 'துரிதச் சிந்தனை'. அது உள்ளுணர்வுரீதியானது, தன்னிச்சையானது, அறிவுறுத்தல்ரீதியானது மற்றும் உடனடியானது. உங்களுடைய அன்றாட வாழ்வில் வேகமாக மலர்ந்து கொண்டிருக்கின்ற நிகழ்வுகளைக் கையாள்வதற்கு நீங்கள் இதைத்தான் பயன்படுத்துகிறீர்கள். அது ஒரு சாலையில் வண்டியோட்டுவதைப் போன்றது. இங்கு நீங்கள் வேகமான தீர்மானங்களை எடுக்கிறீர்கள். மாறிக் கொண்டிருக்கின்ற நிகழ்வுகளுக்கு ஏற்ப உங்களைத் தகவமைத்துக் கொண்டு, அதன் இயக்கத்தோடு

செல்கிறீர்கள். ஒரு நாளின் பெரும்பகுதி இந்த துரிதச் சிந்தனையில்தான் நிகழ்ந்து கொண்டிருக்கிறது. நீங்கள் இந்த துரிதச் சிந்தனையை நேரடி உரையாடல்கள், தொலைபேசி உரையாடல்கள், மின்னஞ்சல்களுக்கு பதிலளித்தல், பிற நிகழ்வுகளுக்கு எதிர்வினையாற்றுதல் போன்றவற்றுக்குப் பயன்படுத்துகிறீர்கள். இது துரிதச் சிந்தனையின் இயல்பான, வழமையான பயன்பாடு. பெரும்பாலான இடங்களில் இது பொருத்தமானதாகவே இருக்கும்.

ஆசுவாசச் சிந்தனை

கானமென் குறிப்பிட்டுள்ள இரண்டாவது வழி, ஆசுவாசச் சிந்தனை. உங்களுடைய வெளிமனத்தின் இன்னொரு செயல்பாடு இது. இங்கு நீங்கள் எதையும் கூறுவதற்கு முன்பு அல்லது ஏதாவது ஒரு நடவடிக்கையில் இறங்குவதற்கு முன்பு, உங்களுடைய சிந்தனையின் வேகத்தை மட்டுப்படுத்தி, உங்களைச் சுற்றி நடந்து கொண்டிருப்பவற்றை மிகவும் கவனமாக அவதானிக்கிறீர்கள்.

நீண்டகாலத் தாக்கம் ஏற்படுத்தக்கூடிய தீர்மானங்களை எடுக்கின்றபோதும், நீண்டகாலத் தாக்கம் ஏற்படுத்தக்கூடிய நடவடிக்கைகளில் இறங்குகின்றபோதும், நீங்கள் இந்த ஆசுவாசச் சிந்தனையில் ஈடுபடுகிறீர்கள். எடுத்துக்காட்டாக, தொழிலுலகில் தொழில் உத்திசார் தீர்மானங்களை எடுக்கின்றபோது, அவற்றுடன் தொடர்புடைய அனைவரும் இந்த ஆசுவாசச் சிந்தனையில் ஈடுபடுகின்றனர்.

அது முழுக்க முழுக்கத் தேவையானது. ஏனெனில், அத்தகைய தீர்மானங்கள் ஒரு தொழிலில் நீண்டகாலத் தாக்கம் ஏற்படுத்த வல்லவையாகவும் அதன் வெற்றி அல்லது தோல்வியைத் தீர்மானிக்கின்ற ஆற்றல் படைத்தவையாகவும் இருக்கும்.

ஆசுவாசச் சிந்தனை தேவைப்படுகின்ற நேரங்களில்கூட மக்கள் துரிதச் சிந்தனையைப் பயன்படுத்துகின்றனர் என்பது கானமெனின் குறிப்பிடத்தக்கதொரு கண்டுபிடிப்பு. ஒரு முக்கியமான தீர்மானம் மேற்கொள்ளப்பட வேண்டியிருக்கின்ற நேரத்தில்கூட, மக்கள் நிதானமாக அனைத்துத் தரவுகளையும் சேகரித்து அவற்றை அலசி ஆராய்ந்து ஆசுவாசமாகச் சிந்திப்பதற்குப் பதிலாக, துரிதச் சிந்தனையில் ஈடுபட்டு, நீண்டகாலத் தாக்கம் ஏற்படுத்தக்கூடிய தீர்மானங்களை அவசரப்பட்டு எடுத்துவிடுகின்றனர்.

எழுத்தில் வடித்துக் கொள்ளுங்கள்

துரிதச் சிந்தனையிலிருந்து ஆசுவாசச் சிந்தனைக்கு மாறுவதற்கு, நீங்கள் கேள்விகள் கேட்டு அவற்றுக்கான பதில்களை ஒரு காகிதத்தில் எழுதிக் கொள்வது ஒரு சிறந்த வழியாகும். வெறுமனே கேள்விகளைக் கேட்பதே உங்களுடைய சிந்தனையின் வேகத்தைக் குறைத்து உங்கள் முன்னால் இருக்கின்ற பிரச்சனை குறித்து உங்களைத் தீவிரமாகச் சிந்திக்க வைக்கும். ஒரு காகிதத்தில் அதை எழுதிக் கொள்வது உங்களுடைய சிந்தனையின் வேகத்தை மேலும் மட்டுப்படுத்தும்.

ஒரு தீர்மானம் எடுப்பதற்கு முன் நீங்கள் எவ்வளவு அதிக நேரம் அது குறித்துச் சிந்திக்கிறீர்களோ, அத்தீர்மானம் அவ்வளவு அதிக மேம்பட்டதாக இருக்கும் என்பது மறுக்கப்பட முடியாத உண்மை. முக்கியமான தீர்மானங்களை எடுப்பதற்கு முன்பு சிறிது தாமதிப்பது நல்லது. முக்கியத் தீர்மானங்களை எடுப்பதற்கு முன்பாக, ஒரு நாள், ஒரு வாரம், அல்லது, முடிந்தால் ஒரு மாதம்கூட அதைத் தள்ளிப்போடுவது நல்லது.

ஆழ்மனம்

இது உங்களுடைய மனத்தின் ஆற்றல்மிக்கப் பகுதி. இதை உங்களுடைய மனத்தின் நூலகப் பகுதி என்றுகூட வர்ணிக்கலாம். உங்களுடைய அனைத்து அனுபவங்கள், உங்களுடைய அறிவு, நீங்கள் மேற்கொண்டுள்ள தீர்மானங்கள், உங்களுடைய யோசனைகள், எண்ணங்கள் ஆகிய அனைத்தையும் இது சேகரித்து வைத்துக் கொள்ளும். உங்களால் அதைச் சட்டென்று அணுக முடியும். உங்களுடைய ஆழ்மனம் அனைத்துத் தரவுகளையும் சேகரித்து வைக்கிறது; அவற்றை வெளிக் கொண்டுவரவும் செய்கிறது. பிரச்சனைகளைத் தீர்ப்பதற்காக, உங்கள் ஆழ்மனத்தால், ஏற்கனவே இருக்கின்ற தரவுகளை ஒன்றிணைத்து ஒரு புதிய வடிவில் அவற்றை உருவாக்கிக் கொள்ள முடியும்.

உங்களுடைய உள்ளுணர்வை நம்புங்கள்

உங்களுடைய ஆழ்மனத்தால் உங்களுடைய வெளிமனத்தைவிட *8,000* மடங்கு விரைவாகச் செயல்பட முடியும் என்று பீட்டர் உஸ்பென்ஸ்கி என்ற மீமெய்யியலாளர் கூறியுள்ளார். புதிய நபர்கள் குறித்து உள்ளுணர்வுரீதியாக நாம் உடனடியாக அறிந்து கொள்வது இதற்கான ஓர் எடுத்துக்காட்டு. உங்களுடைய வாழ்நாளில் நீங்கள் எண்ணற்ற நபர்களைச் சந்திப்பீர்கள். சிலரை உங்களுக்கு உடனடியாகப் பிடித்துவிடும், சிலரைப் பிடிக்காது. இந்த எடைபோடுதல் நான்கு நொடிகளுக்குள் நடந்து முடிந்துவிடுகிறது. ஒருவரை உங்களுக்குப் பிடிக்காமல் போனதற்கோ அல்லது பிடித்துப் போனதற்கோ நியாயமான காரணங்கள் இருப்பதை நீங்கள் பின்னர் கண்டறிவீர்கள். இது இப்படி நிகழ்வதுபோலத் தெரிகிறது: நீங்கள் ஒரு புதிய நபரைப் பார்த்தக் கணத்தில், உங்களுடைய வெளிமனம் அவருடைய முகத்தைப் படம்பிடித்து

உங்கள் ஆழ்மனத்திற்கு அனுப்புகிறது; ஆழ்மனம் உங்களுடைய அனுபவங்களின் மூலமாகத் தான் சேர்த்து வைத்திருக்கும் முகங்களோடு அதைப் படுவேகமாக ஒப்பிட்டுப் பார்த்து, மறுகணம் அந்த முகத்திற்குச் சொந்தக்காரரைப் பற்றிய ஒரு நேர்மறையான அல்லது எதிர்மறையான அனுமானத்தை உங்களுக்குத் தெரிவித்துவிடுகிறது.

உங்களுடைய அடிப்படை நம்பிக்கை அமைப்பான, உங்களைப் பற்றி நீங்கள் கொண்டிருக்கின்ற சுயகருத்தாக்கத்தோடு உங்களுடைய பேச்சும் செய்கைகளும் ஒத்துப் போவதை உறுதி செய்வது உங்களுடைய ஆழ்மனத்தின் முக்கிய நோக்கங்களில் ஒன்று. உங்களுடைய உடல்மொழி, உங்கள் குரலின் தொனி, உங்கள் தன்னம்பிக்கையின் அளவு, உங்கள் திறமை குறித்து நீங்கள் கொண்டிருக்கின்ற உணர்வு ஆகியவற்றை உங்களுடைய ஆழ்மனம்தான் தீர்மானிக்கிறது.

உங்களுடைய மனத்தை நேர்மறை எண்ணங்களால் இட்டு நிரப்புங்கள்

நீங்கள் உங்களுடைய வெளிமனத்தை நேர்மறை யோசனைகள், தகவல்கள் மற்றும் படங்களால் இட்டு நிரப்புகின்றபோது, அவை நேரடியாக உங்களுடைய ஆழ்மனத்திடம் அனுப்பி வைக்கப்படுகின்றன. அது, நீங்கள் உங்களைப் பற்றி என்ன நினைத்துக் கொண்டிருக்கிறீர்கள், எப்படி உணர்கிறீர்கள் என்பதன்மீது உடனடித் தாக்கம் ஏற்படுத்துகிறது.

"நான் ஒரு மேதை!" என்ற வாக்கியத்தை உங்களிடம் நீங்கள் மீண்டும் மீண்டும் கூறுவதன் முக்கியத்துவத்தை முன்பு நான் வலியுறுத்தினேன், இல்லையா? இந்த வார்த்தைகளை அல்லது இது போன்ற வேறு நேர்மறை வார்த்தைகளை உங்களுக்கு நீங்களே முதலில் கூறிக் கொள்கின்றபோது, நீங்கள் சற்று அசௌகரியமாக

உணர்வீர்கள். ஆனால், இதை நீங்கள் மீண்டும் மீண்டும் கூறுகின்றபோது, அது உங்களுடைய ஆழ்மனத்தில் பதிந்து உங்களுடைய புதிய கருத்தாக்கமாக ஆகிவிடும். இறுதியில், உங்களுடைய ஆழ்மனம் உங்களுடைய புதிய கட்டளைக்கு அடிபணிந்து உங்களுடைய இந்தப் புதிய எதார்த்தத்தை ஏற்றுக் கொள்ளும். அதற்குப் பிறகு, நீங்கள் செய்கின்ற காரியங்கள், நீங்கள் சிந்திக்கின்ற எண்ணங்கள், உங்களுடைய உணர்வுகள் ஆகிய அனைத்தும் உங்களுடைய இந்தப் புதிய எதார்த்தத்தோடு கச்சிதமாகப் பொருந்திப் போகின்ற விதத்தில் இருக்குமாறு உங்களுடைய ஆழ்மனம் பார்த்துக் கொள்ளும்.

அதிமனம்

இதுதான் உங்களுடைய மனங்களிலேயே மிகவும் ஆற்றல்வாய்ந்தது. மனித வரலாறு நெடுகிலும் மேற்கொள்ளப்பட்டுள்ள அனைத்துச் சாதனைகளும் அதிமனத்திலிருந்து பிறந்த யோசனைகளாலும் உத்வேகத்தாலுமே நிகழ்ந்துள்ளன. உங்களுடைய வாழ்க்கையின் ஒவ்வொரு பகுதியிலும் படைப்பாற்றலை வெளிக் கொண்டுவருவதற்கு, நீங்கள் உங்களுடைய அதிமனத்தைப் பயன்படுத்துகின்ற திறனை வளர்த்துக் கொள்ள வேண்டும்.

இந்த அதிமனம் பல்வேறு பெயர்களில் அழைக்கப்படுகிறது. எல்லையில்லாப் பேரறிவு, கூட்டுப் பிரக்ஞையுணர்வு, பிரபஞ்ச மனம் போன்றவை அவற்றில் சில. மனிதப் படைப்பின் அனைத்துப் படைப்பாற்றலுக்கும் அசலான யோசனைகளுக்கும் இதுதான் மூலாதாரம் என்று கார்ல் யுங் கூறியுள்ளார்.

அதிமனம்தான் அனைத்து விதமான படைப்பாற்றல்மிக்கப் பிரமாதமான யோசனைகள், உள்நோக்குகள், உத்வேகங்கள், மற்றும் கற்பனையின் துவக்கப் புள்ளி. இந்த மனம் பிரக்ஞை நிலைக்கு

அப்பாலுள்ள தளத்தில், நீங்கள் உங்களுடைய பிரச்சனைகளைத் தீர்த்து, உங்களுடைய தடைகளைத் தகர்த்தெறிந்து, உங்களுடைய இலக்குகளை நோக்கி வெற்றி நடை போடத் தொடர்ந்து வேலை செய்து கொண்டிருக்கிறது.

நீங்கள் அடைய வேண்டிய ஓர் இலக்கையோ அல்லது தீர்க்க விரும்புகின்ற ஒரு பிரச்சனையையோ மிகத் தெளிவாக எழுத்தில் வடித்துவிட்டால், அது தானாகவே உங்களுடைய ஆழ்மனத்திற்குக் கடத்தப்பட்டுவிடும். பின் உங்களுடைய ஆழ்மனம், அதை அதிமனத்திற்கு அனுப்பி வைக்கும். உங்களுடைய அதிமனம் அப்பிரச்சனைக்கு ஒரு தீர்வைக் கண்டுபிடிக்க உங்களுக்கு உதவுவதற்காக இருபத்து நான்கு மணிநேரமும் பாடுபட்டுக் கொண்டிருக்கும்.

உங்களுடைய மூன்று மனங்களையும் ஒருங்கிணையுங்கள்

ஒரு மேதையாக உருவாகக்கூடிய சாத்தியக்கூறு உள்ள ஒரு நபர் நீங்கள். உங்களுடைய மூளையில் இருக்கின்ற சுமார் 10,000 கோடி மூளை அணுக்கள், மேலும் 20,000 பிற அணுக்களுடன் நேரடியாகவோ அல்லது மறைமுகமாகவோ தொடர்பு கொண்டிருக்கின்றன என்பதை நாம் ஏற்கனவே பார்த்தோம். உலகிலேயே மிகவும் ஆற்றல்வாய்ந்த ஒரு கணினியைவிட அதிக ஆற்றல் உங்களிடம் இருக்கிறது என்பது அதன் அர்த்தம்.

நீங்கள் உங்களுடைய மனத்தை நல்ல விஷயங்களுக்கும் பயன்படுத்தலாம், மோசமான விஷயங்களுக்கும் பயன்படுத்தலாம். உங்களுடைய வெளிமனத்தைப் பயன்படுத்தி உங்களுக்கு என்ன வேண்டும் என்பது குறித்தத் தெளிவை உண்டாக்கிக் கொண்டு, அதை ஒரு காகிதத்தில் எழுதுவதோடு, மனக்காட்சிப்படைப்பிலும் ஈடுபடுவதன் வாயிலாக

அதை உங்களுடைய ஆழ்மனத்தில் பதியச் செய்வதன் மூலம், நீங்கள் உங்களுடைய சிந்தனையாற்றலை மிக உயர்ந்த தளத்திற்கு எடுத்துச் செல்கிறீர்கள். நீங்கள் எதை விரும்புகிறீர்களோ, அதைக் கச்சிதமாக, மிகச் சரியான நேரத்தில் உங்களுடைய அதிமனம் உங்களிடம் கொண்டுவந்து சேர்க்கும் என்று நீங்கள் நம்பவும் எதிர்பார்க்கவும் செய்கின்றபோது, நீங்கள் உங்களுடைய அதிமனத்தைத் தூண்டிவிடுகிறீர்கள், உங்களுடைய மனத்தை முழுமையாக உங்களுடைய கட்டுப்பாட்டில் கொண்டுவந்துவிடுகிறீர்கள்.

உங்களுடைய இந்த மூன்று மனங்களையும் நீங்கள் ஒத்திசைவோடு பயன்படுத்துவதன் மூலம், உங்களுக்குள் புதைந்து கிடக்கும் மேதைமையை உங்களால் வெளிக் கொண்டு வரமுடியும்.

செயல்முறைப் பயிற்சிகள்

1. உங்களுக்குத் தேவைப்படும் அளவுக்குப் போதுமான நேரத்தை எடுத்துக் கொண்டு, உங்களுக்கு வேண்டியது குறித்தத் தெளிவை வளர்த்துக் கொள்ளுங்கள்; அதை நீங்கள் அடைகின்றபோது அது எப்படி இருக்கும் என்று கற்பனை செய்யுங்கள்.
2. நேர்மறை வார்த்தைகளை மீண்டும் மீண்டும் கூறிக் கொண்டே இருங்கள். "நான் ஒரு மேதை!" என்பது அதற்கான எடுத்துக்காட்டுகளில் ஒன்று. நீங்கள் உங்களுக்குப் பிடித்த வாக்கியத்தைத் தேர்ந்தெடுத்துக் கொள்ளலாம்.

அத்தியாயம் பதினொன்று

சிந்திப்பதற்கான இரண்டு அணுகுமுறைகளைப் பயிற்சி செய்யுங்கள்

நீங்கள் சிந்திக்கின்ற விதம் உங்களுடைய படைப்பாற்றலை விடுவிக்கிறது அல்லது அதை நசுக்குகிறது. உங்களுடைய சிந்தனை முறை நீங்கள் கற்றுக் கொண்டுள்ள ஒன்று. அதை நீங்கள் குழந்தையாக இருந்தபோது கற்றுக் கொண்டீர்கள். பெரும்பாலும் உங்களுடைய பெற்றோரில் ஒருவரை அல்லது இருவரைப்போல நடிக்க முயன்று நீங்கள் கற்றுக் கொண்டதுதான் அது. நீங்கள் குழந்தையாக இருந்தபோது, என்னவென்றே அறியாத பருவத்தில், நீங்கள் உங்களுடைய பெற்றோர் சிந்திக்கின்ற விதத்திலேயே சிந்திக்கக் கற்றுக் கொண்டீர்கள்.

வெவ்வேறு விதமான சிந்தனை முறைகள், பொதுவாக உயிர் பிழைத்திருத்தல் அல்லது ஒரு சூழலுக்குப் பொருத்திக் கொள்வதன் விளைவாக உருவானவை. அவை, நீங்கள் சிறு குழந்தையாக இருந்தபோது, உங்களைச் சுற்றியிருந்த உலகின் நிச்சயமற்றத் தன்மையையும் கணிக்கப்பட முடியாத தன்மையையும் எதிர்கொள்வதற்காக, பிரக்ஞைபூர்வமற்ற நிலையில் உருவாகியிருந்தன. அவை நாம் கற்றுக் கொண்டுள்ள ஒரு விஷயம் என்பதால், அவற்றைக் கைவிடுவதும் சாத்தியம்தான் என்பது இதிலுள்ள நல்ல செய்தி. தொடர்ச்சியான பயிற்சிகளின் மூலம், பயனற்றச் சிந்தனை முறைகளை அப்புறப்படுத்திவிட்டு, அந்த இடத்தில் நேர்மறையான, துடிப்பான சிந்தனை முறையை அரியணை ஏற்ற உங்களால் முடியும்.

இயந்திரத்தனமான சிந்தனை

பல வகையான சிந்தனை முறைகளை நீங்கள் தொகுத்தால், அதன் ஒரு கோடியில் இயந்திரத்தனமான சிந்தனையும், மறு கோடியில் தகவமைவுச் சிந்தனையும் இடம்பெற்றிருக்கும்.

இயந்திரத்தனமான சிந்தனையாளர்கள் இறுக்கமானவர்களாகவும், நெகிழ்வுத்தன்மை அற்றவர்களாகவும், தங்களுடைய யோசனைகளையும் அபிப்பிராயங்களையும் எளிதில் மாற்றிக் கொள்ளாதவர்களாகவும் இருப்பர். அவர்கள் தங்களுடைய வழமையான சிந்தனை முறையிலிருந்து விலகிக் கொள்ள விரும்புவதில்லை. அவர்கள் திறந்த மனத்துடன் இருப்பதில்லை.

இப்படிப்பட்டச் சிந்தனையாளர்கள் எல்லாவற்றையும் இந்தக் கோடி அல்லது அந்தக் கோடி என்ற ரீதியில் பார்ப்பவர்கள். அவர்கள் விஷயங்களைக் கருப்பாகவோ அல்லது வெள்ளையாகவோ மட்டுமே பார்ப்பர். அதேபோல, அவர்கள் விஷயங்களைத் தவறு

என்றும், சரி என்றும் பிரித்துக் கொள்வர். இடைப்பட்ட இடத்தில் உள்ளவை இந்தக் கணக்கிலோ அல்லது அந்தக் கணக்கிலோ சேர்த்துக் கொள்ளப்படும்.

அது ஏன் வேலை செய்யாது

இயந்திரத்தனமான சிந்தனையாளர்கள் அவநம்பிக்கையாளர்கள். தங்களுடைய யோசனைகளிலிருந்து வேறுபட்டு இருப்பவை ஏன் வேலைசெய்யாது என்பதற்கான காரணங்களை அவர்கள் தேடிக் கொண்டிருப்பர். இப்படிப்பட்டவர்களுடன் நீங்கள் உறவாடுகின்றபோது, நீங்கள் அவர்களிடம் கூறுபவற்றில் எவையெல்லாம் அவர்களுடைய நம்பிக்கையோடு ஒட்டாமல் இருக்கின்றன என்று அவர்கள் பார்த்துக் கொண்டே இருப்பார்கள். நீங்கள் கூறுவது அவர்களுடைய கருத்துகளுடன் முரண்பட்டால், அவர்கள் உடனே உங்களுடைய யோசனையை நிராகரித்துவிடுவார்கள் அல்லது அதன் முக்கியத்துவத்தைக் குறைத்துவிடுவார்கள்.

இயந்திரத்தனமான சிந்தனையானது படைப்பாற்றல் இல்லாதது. இயந்திரத்தனமான சிந்தனையாளர்களுக்குப் பிடித்தச் சொல் 'இல்லை' என்பதுதான். இவர்கள் இறுகிப் போன மனப்போக்காளர்கள் என்றும் வர்ணிக்கப்படுகின்றனர்.

இப்படிப்பட்டவர்களை எப்படிக் கையாள்வது? படைப்பாற்றல் தேவையில்லாத வேலைகளில் அல்லது பதவிகளில் நீங்கள் இவர்களை அமர்த்தலாம். அரசாங்கப் பணியிடங்கள் மேலேயிருந்து கீழேவரை இப்படிப்பட்டவர்களால்தான் நிறைந்துள்ளது. அதனால்தான், எந்தவொரு விஷயத்தையும் ஒரு மேம்பட்ட விதத்திலோ அல்லது வித்தியாசமாகவோ அவர்களைச் செய்ய வைக்கவே முடியாது.

இயந்திரத்தனமான சிந்தனையாளர்கள், கணக்காளர்கள், பொறியாளர்கள், தரவு நிரலாளர்கள்

போன்ற வேலைகளுக்குப் பொருத்தமாக இருப்பர். ஆளுமைச் சோதனைகளுக்கு இவர்களை உட்படுத்தினால், இவர்களிடம் இணக்கமாகச் செல்கின்ற பண்பும் நிலைத்தன்மையும் இருப்பதாக அந்த அறிக்கை கூறும். எப்போதும் கணிக்கத்தக்கதாக இருக்கின்ற சூழல்களில் அவர்கள் பொருத்தமாக இருப்பர். அவர்களிடம் பெரிய அளவுக்குப் படைப்பாற்றல் இருக்காது. ஆனால், தாங்கள் அப்படி இருப்பது குறித்து அவர்கள் மகிழ்ச்சியே கொண்டுள்ளனர். இன்னும் சொல்லப் போனால், இயந்திரத்தனமான சிந்தனையாளர்கள், நெகிழ்வுத்தன்மையுடன் இருக்கின்ற மற்றவர்கள்தாம் தங்கள் அளவுக்குச் செயல்திறன் இல்லாதவர்கள் என்று கருதுகின்றனர்.

தகவமைவுச் சிந்தனை

எந்தவொரு பிரச்சனையையும் இலக்கையும் திட்டத்தையும் அதிகபட்ச நெகிழ்வுத்தன்மையோடு அணுகுகின்ற சிந்தனை முறைதான் தகவமைவுச் சிந்தனையாகும். நாம் ஏற்கனவே பார்த்ததுபோல, இந்த வகைச் சிந்தனை, மேதைகளிடமும் சிறந்த படைப்பாற்றல் மிக்கவர்களிடமும் அதிகமாகக் காணப்படுகிறது. நீங்கள் கற்றுக் கொள்ள விரும்புகின்ற ஒரு சிந்தனை முறையாக இது உள்ளது.

சிலர் சில விஷயங்களில் இயந்திரத்தனமான சிந்தனைப் போக்கையும், சில விஷயங்களில் தகவமைவுச் சிந்தனைப் போக்கையும் கொண்டிருக்கின்றனர். எடுத்துக்காட்டாக, சிலர் தங்களுடைய மதரீதியான மற்றும் அரசியல்ரீதியான விஷயங்களில் இயந்திரத்தனமான சிந்தனைப் போக்கைக் கொண்டிருப்பர். ஆனால், பிற விஷயங்களில் அவர்கள் அனுசரித்துப் போகின்ற சிந்தனையைக் கொண்டிருப்பர். உங்களால் முடிந்த அளவு எவ்வளவு அதிகமான பகுதிகளில் தகவமைவுச் சிந்தனையை உருவாக்கிக்

கொள்ள முடியுமோ அவ்வளவு அதிகமான பகுதிகளில் உருவாக்கிக் கொள்ள முயல வேண்டும்.

திறந்த மனத்துடன் இருங்கள்

தகவமைவுச் சிந்தனையாளர்கள் திறந்த மனத்துடன் இருப்பர். தங்களுடைய யோசனைகளை அவர்கள் அளவுக்கதிகமாகப் பிடித்துத் தொங்கிக் கொண்டிருப்பதில்லை. அவர்கள் பற்றின்மையைப் பின்பற்ற முனைகின்றனர். தங்களுடைய சொந்த யோசனையைக்கூட, அது வேறு யாரோ ஒருவரின் யோசனை என்பதுபோலத் தள்ளியிருந்து பார்த்து அதை எடைபோட அவர்களால் முடியும்.

தகவமைவுச் சிந்தனையாளர்கள் ஒரு கேள்வியைப் பல கோணங்களிலிருந்து பார்க்கத் தயாராக இருப்பர். பிரச்சனைகள் தீர்க்கப்படத்தக்கவை என்ற நன்னம்பிக்கை மனப்போக்கு அவர்களிடம் உண்டு. அவர்கள், கடுமையான சவால்களுக்குக்கூட நேர்மறையான, புதுமையான தீர்வுகளை எப்போதும் தேடிக் கொண்டிருப்பர்.

தகவமைவுச் சிந்தனையாளர்கள், ஏன், எப்போது, எங்கு, எப்படி, யார், எது என்பன போன்ற திறந்தநிலைக் கேள்விகளைக் கேட்பர்.

நீங்கள் இப்படிப்பட்டச் சிந்தனையாளராக ஆக விரும்பினால், விஷயங்களை எடைபோடுகின்ற மனப்போக்கை நீங்கள் கைவிட வேண்டும். அப்படி இருக்கும்போது, இயல்பாகவே நீங்கள் நெகிழ்வுத்தன்மையுடன் சிந்திக்கத் தொடங்கிவிடுவீர்கள்.

நீங்கள் ஒரு தீர்மானத்தை எடுத்தப் பிறகு, புதிய தகவல்கள் உங்களுக்குக் கிடைத்து, நீங்கள் எடுத்துள்ள முடிவைக் கேள்விக்குறியாக்கினால், உங்களுடைய மனத்தை மாற்றிக் கொள்ள நீங்கள் தயாராக இருக்க வேண்டும். குறிப்பாக, சான்றுகள் உங்களுக்கு எதிராக இருக்கின்றபோது, ஒரு குறிப்பிட்ட யோசனையைப்

பிடித்துத் தொங்கிக் கொண்டிருக்க மறுத்துவிடுங்கள்.

செயல்முறைப் பயிற்சிகள்

1. உங்களை மட்டுப்படுத்திக் கொண்டிருக்கின்ற சுயநம்பிக்கைகளை, குறிப்பாக, அவை உங்களுடைய திறன்கள், ஆற்றல்கள், மற்றும் திறமைகள் தொடர்பானவையாக இருக்கின்றபோது, கேள்விக்கு உட்படுத்துங்கள். எதுவுமே உண்மையாக இல்லாதிருந்தால்? உங்களிடம் எல்லையற்ற ஆற்றல் இருக்கின்றபோது, நீங்கள் அதை விடுவிக்க மட்டும் வேண்டியிருக்கும், அவ்வளவுதான்.

2. இன்று உங்களுக்குப் பெரும் விரக்தியை அல்லது கோபத்தை உருவாக்கிக் கொண்டிருக்கின்ற ஒரு சூழலைப் பற்றி யோசியுங்கள். அதில் உங்கள் பக்கம் நியாயம் இல்லையென்றும், அடுத்தவரின் பக்கம்தான் நியாயம் இருக்கிறது என்றும் கற்பனை செய்யுங்கள். அல்லது, அந்தச் சூழலைக் கையாள்வதற்கு நீங்கள் இதுவரை நினைத்துப் பார்த்திராத முற்றிலும் புதியதொரு வழி இருப்பதாகக் கற்பனை செய்யுங்கள்.

அத்தியாயம் பன்னிரண்டு

பக்கவாட்டுச் சிந்தனை

பக்கவாட்டுச் சிந்தனை, நம்முடைய வழமையான சிந்தனைப் போக்கிலிருந்து நம்முடைய மனத்தை வலுக்கட்டாயமாக மாற்றுகிறது. பக்கவாட்டுச் சிந்தனையைப் பிரபலப்படுத்தியவர் எட்வர்டு டி போனோ. இது இப்படி விளக்கப்படுகிறது. ஒரு தொல்லியலாளர் டைனோசர் புதைபடிமங்களைத் தேடிக் கொண்டிருப்பதாக வைத்துக் கொள்வோம். அவர் தோண்டிக் கொண்டிருக்கின்ற குழியில் அது கிடைக்கவில்லை என்றால், அதை இன்னும் ஆழமாகத் தோண்டுவதுதான் இயல்பான சிந்தனையாக இருக்கும். ஆனால், அதற்குப் பதிலாக, வேறு ஓர் இடத்திற்குச் சென்று முற்றிலும் புதியதொரு குழியைத் தோண்டுவது அதற்கான தீர்வாக இருக்கக்கூடும்.

வழமையான சிந்தனை முறையை உடைத்தெறிவதற்குப் பக்கவாட்டுச் சிந்தனை

பயன்படுகிறது. ஒரு சௌகரிய வட்டத்திற்குள் மாட்டிக் கொண்டு, கடந்தகாலத்தில் விஷயங்களை எப்படி நீங்கள் செய்து கொண்டிருந்தீர்களோ அதே வழியில் தொடர்ந்து செய்து கொண்டிருக்கின்ற போக்கிலிருந்து விடுபட இது உதவுகிறது.

வார்த்தைப் பயன்பாடுகளைத் தலைகீழாக ஆக்குதல்

முக்கிய வார்த்தைகளை அல்லது வாக்கியப் பயன்பாடுகளை மாற்றுதல் பக்கவாட்டுச் சிந்தனையின் ஓர் அம்சமாகும். எடுத்துக்காட்டாக, நான் முன்பு குறிப்பிட்டுள்ளதுபோல, 'பிரச்சனை' என்ற வார்த்தைக்குப் பதிலாக 'வாய்ப்பு' என்ற வார்த்தையை நீங்கள் பயன்படுத்தலாம்.

அதேபோல, "எங்களுடைய விற்பனை சரிந்துள்ளது" என்று கூறுவதற்குப் பதிலாக, "வாடிக்கையாளர்கள் வாங்குவது குறைந்துள்ளது" என்று கூறலாம். இங்கு நாங்கள் குறைவாக விற்றுக் கொண்டிருக்கவில்லை, மாறாக, வாடிக்கையாளர்கள் குறைவாக வாங்கிக் கொண்டிருக்கின்றனர் என்று கண்ணோட்டம் மாறுகிறது. இந்த மாற்றம், சூழ்நிலையை நாம் பார்க்கின்ற பார்வையில் மாற்றத்தை ஏற்படுத்துகிறது, முற்றிலும் வித்தியாசமான தீர்வுகளுக்கு இட்டுச் செல்கிறது.

பக்கவாட்டுச் சிந்தனையின் மற்றொரு முறை, தொடர்பற்ற விஷயங்களைத் தொடர்புபடுத்துவது. இங்கு நீங்கள் தொடர்பற்ற ஏதோ ஒரு வார்த்தையை அல்லது வார்த்தைகளைத் தேர்ந்தெடுத்துக் கொண்டு, அதை அல்லது அவற்றை உங்களுடைய சூழலுக்குப் பொருத்த முனைய வேண்டும். ஆரஞ்சு என்ற வார்த்தையை எடுத்துக் கொள்ளுங்கள். பின் உங்களுடைய தொழிலை, விற்பனைப் பொருளை அல்லது உங்களுடைய பிரச்சனையை அந்த வார்த்தையைக் கொண்டு விவரிக்க முனைய வேண்டும்.

எடுத்துக்காட்டாக, “நம்முடைய தொழில் ஓர் ஆரஞ்சைப்போல இருக்கிறது. ஏனெனில் . . .” என்று நீங்கள் சொல்லலாம். அதாவது, சற்றுத் தள்ளி இருந்து பார்க்கின்றபோது அது கச்சிதமான வடிவத்திலும் வழுவழுப்பாகவும் இருக்கிறது. ஆனால், அதை நெருக்கமாகப் பார்க்கின்றபோதுதான், அதிலுள்ள பல மேடுபள்ளங்கள் தெரிகின்றன. அதற்குள் இருக்கின்ற சுளைகள், விதைகள், நார்கள் போன்றவற்றை, அவை உங்களுடைய தொழிலின் பல துறைகளைப் பிரதிநுதப்படுத்துவதாக நீங்கள் வர்ணிக்கலாம். ஆரஞ்சின் ருசியான பாகம் அதன் சுளைகள். அதைப்போல உங்களுடைய தொழிலின் அதிக இலாபகரமான ஒரு துறை அல்லது கிளை இருக்கலாம். அதன்மீது நீங்கள் போதிய கவனம் செலுத்தாமல் இருக்கக்கூடும். இதுபோன்ற, முற்றிலும் தொடர்பில்லாத விஷயங்களை முடிச்சுப் போட்டுப் பார்ப்பதன் மூலம், உங்களுக்குள் புதைந்து கிடக்கின்ற படைப்பாற்றலை உங்களால் தூண்டிவிட முடியும்.

ஆதிக்க யோசனை

பக்கவாட்டுச் சிந்தனையில் பயன்படுத்தப்படுகின்ற மற்றொரு முறை, ஆதிக்க யோசனை என்று அழைக்கப்படுகிறது. உங்களுடைய தனிப்பட்ட வாழ்க்கையில் அல்லது உங்களுடைய தொழிலில் ஒரு பிரச்சனை இருக்கிறது என்று வைத்துக் கொள்வோம். அதாவது, அது தற்போது உங்களுடைய ஆதிக்க யோசனையாக இருக்கிறது. இங்கு நீங்கள் பக்கவாட்டுச் சிந்தனையைப் பயன்படுத்துகின்றபோது, “இதில் இலாபம் ஈட்டுவதற்கு அல்லது அடக்க விலையைக் குறைப்பதற்கு ஒரு வழி இருக்கிறது,” என்று அது மாறுபாடு அடையும்.

உங்களுடைய சிந்தனையை ஆதிக்க யோசனையிலிருந்து விலக்குங்கள். எடுத்துக்காட்டாக,

"நாம் அதிகமாக விற்க வேண்டும்," என்று கூறுவதற்குப் பதிலாக, "நம்முடைய வாடிக்கையாளர்கள் அதிகமாக வாங்க வேண்டும்," என்று கூறுங்கள்.

நீங்கள் எதிர்கொள்கின்ற ஒரு தோல்வி அல்லது அனுபவிக்கின்ற ஓர் இழப்பு, நீங்கள் தவறான பாதையில் சென்று கொண்டிருக்கிறீர்கள் என்று இயற்கை உங்களுக்கு விடுக்கின்ற எச்சரிக்கையாக இருக்கலாம். ஒருவேளை நீங்கள் வேறுபட்ட ஏதாவது ஒன்றைச் செய்ய வேண்டியிருக்கலாம். ஒரு வேறுபட்டப் பொருளை விற்க வேண்டியிருக்கலாம் அல்லது வேறு ஒரு சந்தைக்குள் புக வேண்டியிருக்கலாம். ஒருவேளை, இன்று உங்களுக்கு ஏற்பட்டுள்ள இழப்பின் காரணமாக நீங்கள் எதையாவது மாற்றுவதன் மூலம் வருங்காலத்தில் கூடுதல் இலாபத்தை அடையலாம்.

பக்கவாட்டுச் சிந்தனையைப் பயிற்சி செய்வதற்கு, நீங்கள் வேறு ஒரு நபரின் கண்ணோட்டத்தைக் கணக்கில் எடுத்துக் கொள்ள வேண்டும். அந்த நபரின் பார்வையில் சூழ்நிலையை, குறிப்பாக உங்களுடைய வாடிக்கையாளர்களை, நீங்கள் பார்க்க முயல வேண்டும். ஒரு வழக்கைத் தயாரித்துக் கொண்டிருக்கின்றபோது, வழக்கறிஞர்கள் இந்த முறையைப் பயன்படுத்துகின்றனர். அவர்கள் முதலில் எதிராளியின் தரப்பில் இருந்து வாதிடுவர். பின்னர், தங்களுடைய பக்கம் எப்படி வாதிடுவது என்று அவர்கள் யோசிப்பர்.

வாடிக்கையாளர்களை வளர்த்தெடுப்பது குறித்துச் சிந்தித்தல்

'த லீன் ஸ்டார்ட் அப்', 'த ஃபோர் ஸ்டெப்ஸ் டு த எபிஃபனி' ஆகிய நூல்கள், விற்பனை மற்றும் சந்தைப்படுத்துதலை ஒரு பிரம்மாண்டமான அளவில் பெருக்குவதற்கு, தொழில்களின் கவனக்குவிப்பு, 'பொருள் மேம்பாடு' என்பதிலிருந்து 'வாடிக்கையாளர் மேம்பாடு' என்பதை நோக்கி நகர வேண்டும் என்று

குறிப்பிடுகின்றன. இதற்கு, வாடிக்கையாளர்களாக ஆக வாய்ப்புள்ளவர்களை மக்கட்தொகையியலின் அடிப்படையிலும், வாடிக்கையாளர் உளவியல் அடிப்படையிலும், இனவரைவியலின் அடிப்படையிலும் முழுமையாகவும் விரிவாகவும் நீங்கள் ஆராய வேண்டியிருக்கும். அவர்கள் யார், அவர்களுக்கு உண்மையில் என்ன வேண்டும் என்பதை அறிந்து கொள்ளப் போதுமான நேரத்தைச் செலவழித்து, நீங்கள் சேகரித்துள்ள தரவுகளின் அடிப்படையில் நீங்கள் உங்களுடைய உற்பத்திப் பொருளை வடிவமைக்க வேண்டும்.

கற்பனையில் ஆழ்தல்

பக்கவாட்டுச் சிந்தனையில் பயன்படுத்தப்படுகின்ற இன்னொரு முறை கற்பனையில் ஆழ்தலாகும். உங்கள் கையில் ஒரு மந்திரக்கோல் இருப்பதாகக் கற்பனை செய்து கொள்ளுங்கள். அந்த மந்திரக்கோலை ஆட்டி, உங்களுடைய நோக்கத்தை அடைவதற்குக் குறுக்கே நிற்கின்ற அனைத்துத் தடைகளையும் நீங்கள் தவிடுபொடியாக்குகிறீர்கள். அப்படி உங்களுடைய தடைகள் அனைத்தும் அகன்றுவிட்டால், உங்களுடைய சூழ்நிலை எப்படி இருக்கும்?

தடைகளே இல்லை என்று பாவித்துக் கொள்ளுங்கள். அது என்ன வேறுபாடுகளை ஏற்படுத்தும்? நீங்கள் எவற்றை வித்தியாசமாகச் செய்வீர்கள்? பணம், நேரம், மனித வளம் மற்றும் பிற வளங்கள் எதிலும் குறைபாடுகளே இல்லையெனில், எந்தப் புதிய வாய்ப்புகள் பிறக்கும்? பின், உங்களுடைய தடைகளை அகற்றாமலேயே, உங்களுக்குத் தேவையான அனைத்துச் சாதகமான அம்சங்களையும் பெறாமலேயே, உங்களுடைய நோக்கத்தை அடைவதற்கு ஒரு வழியைக் கண்டுபிடிக்க முயற்சி செய்யுங்கள்.

செயல்முறைப் பயிற்சிகள்

1. உங்களால் எந்த விதத்தில் உங்களுடைய நிறுவனத்தை ஓர் ஆரஞ்சுப் பழத்தோடு ஒப்பிட முடியும்? உங்களுடைய நிறுவனம் மேலும் இலாபகரமாக இயங்குவதற்கு நீங்கள் அதன் கட்டமைப்பில் எத்தகைய மாற்றங்களைக் கொண்டுவர வேண்டியிருக்கும்?
2. உங்களுடைய வருங்கால வாடிக்கையாளர்கள் உங்களுடைய பொருளில் எத்தகைய மாற்றங்களை விரும்பக்கூடும் என்று நீங்கள் எதிர்பார்க்கிறீர்கள்? அந்தப் பொருளை உங்களால் எப்படிச் சந்தைக்குள் கொண்டுவர முடியும்?

அத்தியாயம் பதினொன்று

உங்கள் மனம் எப்படி இயங்குகிறது

நீங்கள் உங்களுடைய ஐம்புலன்களாலும் கிரகித்துக் கொள்கின்ற அனைத்துத் தரவுகளையும் அபாரமாக அலசுகின்ற ஒன்றுதான் உங்களுடைய மனம். இந்தக் கிரகிக்கின்ற விதம், தகவல்கள் அலசப்படுகின்ற முறை ஆகியவை நபருக்கு நபர் வேறுபடும்.

படைப்பாற்றல் சிந்தனையைப் பொறுத்தவரை, நம்முடைய மனத்தின் தகவல் அலசல் முறையில் மூன்று முக்கிய வகைகள் இருக்கின்றன. அவற்றை இப்போது நாம் பார்க்கலாம்.

பார்த்தல் உணர்வைப் பயன்படுத்துதல்

பார்த்தல் உணர்வைப் பெருமளவு பயன்படுத்துகின்ற நபர்கள், படங்கள், பிம்பங்கள், எழுதப்பட்ட வார்த்தைகள், வரைபடங்கள்

போன்றவற்றின் அடிப்படையில் சிந்திக்கின்றனர். ஒரு பிரச்சனையைப் புரிந்து கொள்வதற்கு அவர்கள் அதைப் ‘பார்த்தாக’ வேண்டும். “நீங்கள் என்ன கூற வருகிறீர்கள் என்பதை என்னால் பார்க்க முடிகிறது,” என்று அவர்கள் கூறுவர்.

கேட்டல் உணர்வைப் பயன்படுத்துதல்

கேட்டல் உணர்வைப் பெருமளவு பயன்படுத்துகின்ற நபர்கள், பேச்சு, வாதங்கள், சத்தங்கள், இசை போன்றவற்றின் அடிப்படையில் சிந்திக்கின்றனர். அவர்களுக்கு யோசனைகளைக் கேட்ட வேண்டும். “உங்களுடைய கருத்து என் காதுகளில் விழுகிறது,” என்று அவர்கள் கூறுவர்.

தசையியக்க உணர்வைப் பயன்படுத்துதல்

தசையியக்க உணர்வைப் பெருமளவு பயன்படுத்துகின்ற நபர்கள், தங்களுடைய உணர்வுகள், உணர்ச்சிகள், தொடுதல்கள், இயக்கங்கள் போன்றவற்றின் அடிப்படையில் சிந்திக்கின்றனர். ஒரு பிரச்சனையைப் புரிந்து கொள்ள அவர்கள் அதை ‘உணர’ வேண்டும் என்று விரும்புவர். பொருட்களை அவர்கள் தொட்டுணர ஆசைப்படுவர். உரையாடல்களின்போதுகூட, அவர்கள் ஓரிடத்தில் அமர்ந்திருப்பதற்குப் பதிலாக அங்குமிங்கும் நடைபோட்டுக் கொண்டிருக்க விரும்புவர். “அது நன்றாக இருப்பதாக நான் உணர்கிறேன்,” என்று அவர்கள் கூறுவர்.

மூன்றையும் முயற்சி செய்யுங்கள்

நீங்கள் ஒரு பிரச்சனையைத் தீர்க்க முயல்கின்றபோது, இந்த மூன்று விதங்களையும் முயற்சி செய்ய வேண்டும். குறிப்பாக, வெவ்வேறு விதமான

கிரகிக்கின்ற இயல்புகளைக் கொண்ட நபர்கள் அடங்கிய குழுவுடன் இணைந்து பணியாற்றுகின்றபோது நீங்கள் இப்படிச் செய்யலாம். பிரச்சனையை எழுதிக் கொள்ளுங்கள். அதைப் பற்றிப் பேசுங்கள். விவாதங்களுக்கு அழைப்புவிடுங்கள். கூட்டத்தில் கலந்து கொள்கின்றபோது எழுந்து அங்குமிங்கும் நடந்து செல்லுங்கள். மற்றவர்களையும் அவ்வாறு செய்வதற்கு ஊக்குவியுங்கள்.

பார்த்தல் உணர்வைப் பிரதானமாகப் பயன்படுத்திச் சிந்திக்கின்ற நபர்களைப் பொறுத்தவரை, பிரச்சனையை ஆழமாகப் புரிந்து கொள்வதற்கு, படங்கள், வரைபடங்கள் போன்றவற்றைப் பார்ப்பது அவர்களிடம் உள்நோக்குகள் பிறப்பதற்கு வெகுவாக உதவும்.

கேட்டல் உணர்வைப் பிரதானமாகப் பயன்படுத்திச் சிந்திக்கின்ற நபர்களைப் பொறுத்தவரை, பிரச்சனையை ஆழமாகப் புரிந்து கொள்வதற்கு, உரையாடல்கள், விவாதங்கள் போன்றவற்றில் கலந்து கொள்வது, அதில் பிறர் உரக்கப் பேசுவதையும் வசனங்களைச் சொல்வதையும் கேட்பது போன்றவை அவர்களிடம் உள்நோக்குகள் பிறப்பதற்கு வெகுவாக உதவும்.

தசையியக்க உணர்வைப் பிரதானமாகப் பயன்படுத்திச் சிந்திக்கின்ற நபர்களைப் பொறுத்தவரை, பிரச்சனையை ஆழமாகப் புரிந்து கொள்வதற்கு, பிரச்சனைகளை எழுதிக் கொள்வது, தொட்டுப் பேசுவது, கூட்டங்களின்போது எழுந்து அங்குமிங்கும் நடைபோட அனுமதிப்பது போன்றவை அவர்களிடம் உள்நோக்குகள் பிறப்பதற்கு வெகுவாக உதவும். சில நேரங்களில் அவர்களுடன் சேர்ந்து பேசியபடியே ஆசுவாசமாக நடந்து வருவதுகூட நல்ல விளைவுகளைக் கொடுக்கும்.

என்னுடைய கருத்தரங்குகளிலிருந்து நான் கற்றுக் கொண்ட பாடங்கள்

நான் கருத்தரங்குகளை நடத்தத் தொடங்கியதும், என்னை அறியாமலேயே இந்த மூன்று விதங்களையும் நான் ஒரேசேரப் பயன்படுத்திக் கொண்டிருந்தேன். அதில் நான் பேசுவேன், அங்கு வைத்திருக்கும் வெள்ளை போர்டில் எழுதுவேன், பெரிய வரைபட அட்டைகளில் வரைபடங்களை வரைவேன், குறிப்பெடுத்துக் கொள்ளும்படி என் பார்வையாளர்களைக் கேட்டுக் கொள்வேன். நான் கூறியிருந்த விஷயங்களைப் பற்றிய அவர்களுடைய கருத்துகளைக் கூறுவதற்கு அவர்களை ஊக்குவிப்பேன்.

நான் நடத்துகின்ற கருத்தரங்குகள் எட்டு மணிநேரம் நீடிக்கின்றபோதுகூட, அவற்றில் கலந்து கொள்பவர்கள், அவற்றின் முடிவில்கூட தாங்கள் சுறுசுறுப்பாகவும் விழிப்புணர்வுடன் இருப்பதைக் கண்டு வியந்துள்ளனர். அதற்குக் காரணம், அவர்களுடைய மூளையின் அனைத்துப் பகுதிகளும் நாள் முழுவதும் முடுக்கிவிடப்பட்டுக் கொண்டிருந்ததுதான்.

உங்களுடைய ஆதிக்கப் பாணி எதுவென்று அடையாளம் காணுங்கள்

நாம் அனைவருமே இந்தப் பார்த்தல், கேட்டல், தசையியக்கம் ஆகிய மூன்றையும் பயன்படுத்துபவர்களாகவே இருந்தாலும், நம் ஒவ்வொருவரிடமும் இவற்றில் ஏதாவது ஒன்று ஆதிக்கம் செலுத்தும். இந்த மூன்றையும் நீங்கள் முயற்சி செய்து பாருங்கள். குறிப்பாக, நீங்கள் ஒரு குழுவோடு இணைந்து ஒரு பிரச்சனைக்குத் தீர்வு காண முயல்கின்றபோது இதை நீங்கள் செய்ய வேண்டும். உங்களுடைய குழுவில் உள்ளவர்களைக் கவர்வதற்கு நீங்கள் வெவ்வேறு

பாணிகளைப் பயன்படுத்த வேண்டியிருக்கும் என்பதை நினைவில் வைத்திருங்கள். எடுத்துக்காட்டாக, நீங்கள் பக்கம் பக்கமாகப் புள்ளிவிபரங்களை ஒரு கூட்டத்தில் கலந்து கொள்பவர்களிடம் கொடுக்கலாம். ஆனால், அவர்கள் கேட்டல் அல்லது தசையிக்க அடிப்படையில் சிந்திக்கின்ற நபர்களாக இருந்தால், அதனால் பெரிதாகப் பயன் ஏதும் ஏற்படாது.

மக்களுக்குப் பிடிக்கின்ற விதத்தில் தகவல்களைக் கொடுங்கள்

நீங்கள் ஒரு நிறுவனத்தில் வேலை பார்த்து வருகின்றபோது, உங்களுடைய மேலாளர் தரவுகளை எப்படி அலசுகிறார் என்பதைக் கண்டுபிடித்துக் கொள்ளுமாறு பீட்டர் டிரக்கர் பரிந்துரைக்கிறார். உங்களுடைய மேலாளர் பார்த்தல் அடிப்படையில் சிந்திக்கின்ற நபராக இருந்தால், அவரிடம் விபரமான அறிக்கைகளைச் சமர்ப்பிப்பது நல்ல பலனைத் தரும். பின்னர் நீங்கள் அவருடன் விவாதிக்கின்றபோது, நீங்கள் கொடுத்துள்ள அறிக்கையில் இடம்பெற்றுள்ளவற்றை ஒவ்வொன்றாக அலசுவதற்கு அது உதவிகரமாக இருக்கும். உங்களுடைய மேலாளர் கேட்டல் அடிப்படையில் சிந்திக்கின்ற நபராக இருந்தால், நிலைமையை நீங்கள் வாய் வார்த்தையாக அவரிடம் கூறினால், அவரால் விஷயங்களை முழுமையாகவும் எளிதாகவும் கிரகித்துக் கொள்ள முடியும். உங்களுடைய மேலாளர் தசையியக்க அடிப்படையில் சிந்திக்கின்ற நபராக இருந்தால், சமர்ப்பிக்கப்படும் விஷயங்களை அவர் தன் கையால் எடுத்துப் பார்க்க விரும்பக்கூடும், நீங்கள் அவருடன் பேசிக் கொண்டிருக்கின்றபோது, அவர் எழுந்து அந்த அறைக்குள் அங்குமிங்கும் நடமாடவும் கூடும்.

உங்களுடைய மேலாளர் கேட்டல் அடிப்படையில் சிந்திக்கின்ற நபராக இருந்து, நீங்கள் அவரிடம்

எழுத்துபூர்வமாக அமைந்துள்ள ஒரு நீண்ட அறிக்கையைச் சமர்ப்பித்தால், அவர் உங்களிடம், “இதைப் பற்றி என்னிடம் சுருக்கமாகக் கூற முடியுமா?” என்று கேட்கக்கூடும். அதுவே, உங்களுடைய மேலாளர் பார்த்தல் அடிப்படையில் சிந்திக்கின்ற நபராக இருந்து, நீங்கள் அவரிடம் ஒரு தகவலை வாய் வார்த்தையாகக் கூறினால், உங்களைப் பொறுத்தவரை அது விபரமாகவும் கோர்வையாகவும் இருந்தாலும்கூட, அவர் உங்களிடம், “இதை ஓர் அறிக்கையாக எழுதி என்னிடம் சமர்ப்பிக்க முடியுமா?” என்று கேட்கக்கூடும்.

நீங்கள் உங்கள் குழுவுடன் ஒரு பிரச்சனை குறித்து விவாதிக்கின்றபோது, இந்த மூன்று வகைகளையும் அதில் சேர்த்துக் கொண்டால், உங்களுக்கு மேம்பட்ட, சிறந்த யோசனைகளும் தீர்வுகளும் கிடைக்கும் என்பது உறுதி.

செயல்முறைப் பயிற்சிகள்

1. விஷயங்களைக் கிரகித்துக் கொள்வதிலுள்ள இந்த மூன்று பாணிகளில் எந்தப் பாணி உங்களிடம் ஆதிக்கம் செலுத்துகிறது என்பதைக் கண்டறியுங்கள்.
2. அதேபோல, உங்களுடைய மேலாளர் மற்றும் உங்களுடைய ஊழியர்களில் முக்கியமானவர்களின் ஆதிக்கப் பாணி எதுவென்பதையும் கண்டறியுங்கள். அவர்கள் உங்களிடமிருந்து தகவல்களை எப்படிப் பெற விரும்புகின்றனர் என்று அவர்களிடமே நேரடியாகக் கேட்டறிந்து கொண்டு அதைக் கடைபிடியுங்கள்.

அத்தியாயம் பதினான்கு

பிரச்சனைகளுக்குத் தீர்வு காண்பதற்கான கூடுதல் வழிமுறைகள்

வரலாறு நெடுகிலும் மேதைகளின் பண்புநலன்கள் அலசி ஆராயப்பட்டு வந்துள்ளன. தாங்கள் சந்திக்கின்ற ஒவ்வொரு பிரச்சனையையும் அவர்கள் தர்க்கரீதியாகவும் திட்டவட்டமான முறையிலும் அணுகுகின்றனர் என்பது அவற்றில் ஒன்று.

பிரச்சனைகளைத் தீர்க்கின்றபோது, கூடிய மட்டும் உணர்ச்சிகளுக்கு இடமளிக்காமல் இருப்பதை இந்த அணுகுமுறை நோக்கமாகக் கொண்டுள்ளது. பிரச்சனையைத் தீர்க்க முயல்பவர், அதை விட்டேத்தியாகப் பார்த்து, அதைக் கட்டம் கட்டமாக அலசி ஆராய வேண்டும் என்று அது முன்மொழிகிறது.

இந்த முறையில் இடம்பெற்றுள்ள ஒன்பது கட்டங்களை நாம் இப்போது பார்க்கலாம்.

1. ஒரு தர்க்கரீதியான தீர்வு இருப்பதாக அனுமானித்துக் கொள்ளுங்கள்

முதலில், உங்கள் முன் இருக்கின்ற பிரச்சனை, நெருக்கடி அல்லது இலக்கிற்குத் தர்க்கரீதியான ஒரு தீர்வு இருப்பதாக நீங்கள் அனுமானிக்க வேண்டும். ஒரு பிரச்சனையின் துவக்கத்தில் அது குறித்து நீங்கள் கொண்டிருக்கின்ற மனப்போக்கு, அதைத் தீர்ப்பதற்குத் தேவையான படைப்பாற்றலை நீங்கள் விடுவிக்கப் போகிறீர்களா அல்லது அது தொடர்ந்து உங்களுக்குள் அடைபட்டுக் கிடக்க அனுமதிக்கப் போகிறீர்களா என்பதைத் தீர்மானிக்கிறது. ஒவ்வொரு பிரச்சனைக்குமான தர்க்கரீதியான, நடைமுறைக்கு உகந்த ஒரு தீர்வு உங்களுக்காகக் காத்துக் கொண்டிருக்கிறது என்ற அனுமானத்துடனேயே அனைத்துப் பிரச்சனைகளையும் அணுகுங்கள்.

ஒரு படைப்பாற்றல்மிக்கச் சிந்தனையாளர் என்ற முறையில், அந்தப் படைப்பாற்றல் செயல்முறை நடைபெற்றுக் கொண்டிருக்கின்ற காலகட்டம் முழுவதும் நீங்கள் அமைதியாகவும் உணர்ச்சிவசப்படாமலும் இருப்பது உங்களுடைய நோக்கமாக இருக்க வேண்டும்.

2. நேர்மறையான வார்த்தைகளைப் பயன்படுத்துங்கள்

இரண்டாவதாக, நாம் முன்பே பார்த்ததுபோல, உங்களுடைய பிரச்சனையை விவரிப்பதற்கு நீங்கள் நேர்மறையான வார்த்தைகளைப் பயன்படுத்த வேண்டும். ‘பிரச்சனை’ என்ற சொல்லை உச்சரித்தவுடன், பயம், இழப்பு ஆகிய உணர்வுகளை அது நம்

மனத்தில் தோற்றுவிக்கிறது. ‘சூழ்நிலை’ என்ற சொல் சமநிலையான ஒன்று. ‘பிரச்சனை’ என்றால், அதனோடு நீங்கள் மல்லுக்கு நின்று கொண்டிருப்பீர்கள். அதுவே ஒரு ‘சூழ்நிலை’ என்றால், அதை நீங்கள் கையாண்டு கொண்டிருப்பீர்கள்.

அதைவிட இன்னும் மேம்பட்ட ஒரு சொல் இருக்கிறது: ‘சவால்’. ‘பிரச்சனை’ என்பது நீங்கள் மல்லுக்கு நின்று கொண்டிருக்கின்ற, உங்களுக்கு ஏற்பட்டுள்ள பணம் மற்றும் நேர இழப்பைச் சுட்டிக்காட்டுகின்ற ஒன்றாக இருக்கின்ற வேளையில், ‘சவால்’ என்பது நீங்கள் துள்ளி எழுந்து எதிர்கொள்கின்ற, உங்களிடமிருந்து மிகச் சிறந்தவற்றை வெளிக் கொண்டு வருகின்ற ஒன்றாக இருக்கும்.

இதையும்விட ஒரு சிறந்த சொல் இருக்கிறது: ‘வாய்ப்பு’. நீங்கள் எந்தவொரு பிரச்சனையையும் அதற்குள் பொதிந்திருக்கக்கூடிய வாய்ப்புகளாகப் பார்க்கின்றபோது, உங்கள் முன் தென்படுகின்ற எண்ணற்ற வாய்ப்புகளைக் கண்டு நீங்கள் வியந்து போவீர்கள். நீங்கள் அதை மீள முடியாத ஒரு பிரச்சனையாகக் கருதி அதற்குள்ளேயே உழன்று கொண்டிருந்தால் நீங்கள் எத்தனை வாய்ப்புகளை இழந்திருப்பீர்கள் என்பது அப்போது உங்களுக்குப் புரியும்.

3. தெள்ளத் தெளிவாக விவரியுங்கள்

நீங்கள் எதிர்கொண்டுள்ள சூழ்நிலை எதுவாக இருந்தாலும், அதை நீங்கள் தெள்ளத் தெளிவாக விவரிக்க வேண்டும். நீங்கள் இப்போது எப்படிப்பட்டதொரு சூழ்நிலையை எதிர்கொண்டுள்ளீர்கள்? பிரச்சனை என்ன என்பதைத் தெளிவாகக் கண்டுபிடித்தாலே, அது பாதி தீர்ந்ததுபோலத்தான். ஒரு கடினமான சூழலைப் பற்றி ஒரு குழுவுடன் விவாதிக்கின்றபோது, அது என்ன என்பதைத் தெளிவாக வரையறை செய்து, அதை ஒரு

வெள்ளைப் பலகையில் எழுதுங்கள்.

பெரும்பாலான நேரங்களில், ஒரு சூழல் அல்லது ஒரு பிரச்சனை ஒரு குழுவினரிடம் தெளிவாக எடுத்துரைக்கப்பட்டப் பிறகு, அதற்கான தீர்வு மிக விரைவாக எட்டப்பட்டுவிடும்.

4. காரணத்தைக் கண்டறியுங்கள்

நான்காவதாக, “இந்தப் பிரச்சனைக்கான காரணம் என்ன?” என்ற கேள்வியை நீங்கள் கேட்க வேண்டும். ஒரு நோயின் சிகிச்சைக்காக நீங்கள் ஒரு மருத்துவரிடம் செல்கின்றபோது, அந்த நோயின் காரணத்தை அறிந்து கொள்வதற்காக அவர் எப்படிப் பல பரிசோதனைகளை மேற்கொள்வாரோ, அதுபோலவே, ஒரு மேலாளரும் ஒரு பிரச்சனையின் மூலகாரணத்தை அறிந்து கொள்ள வேண்டும்.

பெரும்பாலான சமயங்களில், ஒரு பிரச்சனைக்கு மூலகாரணமாக இருப்பது ஒரு தனித்துவமான நிகழ்வாகவே இருக்கும். அதன் பொருட்டு நீங்கள் அமைப்புரீதியான மாற்றம் எதையும் ஏற்படுத்த வேண்டியிருக்காது. அரிதான சில சமயங்களில் நீங்கள் அமைப்புரீதியான மாற்றங்களை ஏற்படுத்த வேண்டியிருக்கலாம்.

5. சாத்தியக்கூறுகளை விரிவுபடுத்துங்கள்

ஐந்தாவதாக, “வேறு என்னென்ன தீர்வுகள் இருப்பதற்கான சாத்தியக்கூறுகள் இருக்கின்றன?” என்ற கேள்வியை நீங்கள் கேட்க வேண்டும். ஒரு பிரச்சனையின் தீர்வுக்கு எவ்வளவு அதிகமான சாத்தியக்கூறுகள் இருக்கின்றனவோ, ஒரு தரமான தீர்வு கிடைப்பதற்கு அவ்வளவு அதிகமான வாய்ப்புகள் உருவாகும்.

ஒரு பிரச்சனைக்கு ஒரு திட்டமிட்ட முறையில்

தீர்வு காண்பதற்கு, நீங்கள் உங்களால் முடிந்த அளவு அதற்கான சாத்தியக்கூறுகளை அதிகரிக்க வேண்டும். ஒன்றும் செய்யாமல் இருக்கின்ற தீர்வுகூட அதில் இடம்பெறலாம்.

6. தீர்மானம் மேற்கொள்ளுங்கள்

ஆறாவதாக, நீங்கள் தீர்மானம் எடுக்க வேண்டும். நீங்கள் முதல் ஐந்து கட்டங்களையும் முறைப்படியும் தர்க்கரீதியாகவும் பின்பற்றியிருந்தால், ஒரு தாழியிலிருந்து வெண்ணெய் திரண்டு வருவதுபோல, கச்சிதமான தீர்வு தானாகவே உங்கள் முன் தோன்றும்.

பெரும்பாலான நேரங்களில், எந்தவொரு தீர்மானமும் எடுக்காமல் இருப்பதைவிட ஏதோ ஒரு தீர்மானத்தை மேற்கொள்வது நல்லதாகத்தான் இருக்கும். கூடுதல் தகவல் தேவைப்படுகின்ற காரணத்தால் தற்போது உங்களால் ஒரு தீர்மானத்திற்கு வர முடியாமல் போய்விட்டால், தீர்மானம் மேற்கொள்வதற்கு நீங்கள் ஒரு காலக்கெடுவை விதித்துக் கொள்ள வேண்டும். எந்தவிதமான தீர்மானங்களும் எடுக்கப்படாமல் ஒரு பிரச்சனை உங்களுடைய காலைச் சுற்றிக் கொண்டிருக்க ஒருபோதும் அனுமதிக்காதீர்கள்.

7. பொறுப்புக்கு ஓர் ஆளை நியமியுங்கள்

ஏழாவதாக, பிரச்சனை தொடர்பான விஷயங்களுக்குச் சிலருக்குப் பொறுப்புகளை வழங்குங்கள். யார் எந்த வேலைகளைச் செய்யப் போகிறார்கள்? அவர்கள் அவற்றை எப்போது செய்யப் போகிறார்கள்? தீர்வு அளவிடப்படக்கூடியதாக இருப்பதை நீங்கள் உறுதி செய்து கொள்ள வேண்டும். அப்போதுதான், தீர்வு காணப்படும்போது, அதில் தொடர்புடையவர்களால் அதைத் தெளிவாகத் தெரிந்து கொள்ள முடியும்.

8. காலக்கெடுவை நிர்ணயித்துச் செயல்நடவடிக்கையில் இறங்குங்கள்

எட்டாவதாக, ஒரு காலக்கெடுவை நிர்ணயித்துக் கொள்ளுங்கள். காலக்கெடு இல்லையென்றால் விவாதங்கள் சுற்றிச் சுற்றி வந்து கொண்டிருக்கும். பிரச்சனையை ஒரு குழு கையாண்டு கொண்டிருந்தால், எப்போது தீர்மானம் அடையப்பட வேண்டும் என்பது குறித்தக் காலக்கெடு எல்லோருடைய ஒப்புதலுடன் நிர்ணயிக்கப்பட வேண்டும்.

9. செயல்நடவடிக்கை எடுத்தல்

தீர்மானம் வந்தடையப்பட்டவுடன் நீங்கள் செயல்நடவடிக்கையில் இறங்க வேண்டும். இறுதியில் மற்ற அனைத்தையும்விட முக்கியமானது செயல்நடவடிக்கைதான். எந்த அளவுக்கு நீங்கள் விரைவாகச் செயல்நடவடிக்கையில் இறங்குகிறீர்களோ, அந்த அளவுக்கு விரைவாக அது குறித்த ஆக்கபூர்வமான பின்னூட்டக்கருத்துகளை உங்களால் பெற முடியும். அதைக் கொண்டு, தேவையெனில் உங்களுடைய முடிவை உங்களால் மெருகேற்றிக் கொள்ள முடியும்.

பிரச்சனைக்குத் தீர்வு காண்கின்ற இந்தச் செயல்முறையின் மொத்த நோக்கமே, நீங்களும் உங்களுடைய குழுவினரும், அதன் அடிப்படையில் ஓர் ஆக்கபூர்வமான செயல்நடவடிக்கையில் இறங்க வேண்டும் என்பதுதான். அப்படி நீங்கள் செயல்நடவடிக்கையில் இறங்கவில்லை என்றால், இந்த மொத்தச் செயல்முறையுமே வெறும் அறிவுஜீவித்தனமான நடவடிக்கையாகச் சுருங்கிவிடும்.

ஒவ்வொரு நல்ல தீர்வும், ஒரு செயல்நடவடிக்கையைக் கொண்டிருப்பதோடு, அதைக் கண்காணிப்பதற்கும் அந்தச் செயல்முறை சீராகச் சென்று கொண்டிருக்கிறதா என்பதைச் சோதிப்பதற்குமான

வழிமுறைகளையும் கொண்டிருக்கும்.

நிர்வாக அதிகாரிகள் என்ன செய்கின்றனர்

என் வேலை தொடர்பாக, நான் 1,000க்கும் மேற்பட்ட, உலகின் தலைசிறந்த நிறுவனங்களின் கோடீஸ்வரத் தலைவர்கள் மற்றும் தலைமை நிர்வாகிகளுடன் நெருக்கமாகப் பழகியிருக்கிறேன். தங்களுடைய நிறுவனங்களில் ஒரு நெருக்கடி ஏற்படுகின்றபோது, அவர்கள் எப்படி அதைக் கையாள்கின்றனர் என்பதை மிக அருகிலிருந்து கவனிக்கின்ற அரிய வாய்ப்புகள் எனக்குக் கிடைத்துள்ளன.

இத்தலைவர்கள், ஒருவர் பாக்கியில்லாமல், அவர்களைச் சுற்றியுள்ளவர்கள் அந்தப் பிரச்சனை குறித்து விரக்தியும் எரிச்சலும் அடைந்திருந்தாலும், எப்போதும் அமைதியாகவே அவற்றைக் கையாண்டு வந்துள்ளனர்.

நீங்கள் ஒரு பிரச்சனையைக் கையாள வேண்டியிருக்கின்றபோதெல்லாம், உங்களுடைய மனத்தை அமைதியாகவும் தெளிவாகவும் கவனக்குவிப்புடனும் வைத்துக் கொள்ளுங்கள். இந்த அத்தியாயத்தில் கூறப்பட்டுள்ள வழிமுறைகளை, அது உங்களுடைய இரண்டாம் இயல்பாக ஆகின்றவரை மீண்டும் மீண்டும் கடைபிடித்து வாருங்கள். அப்போது உங்களுக்குக் கிடைக்கின்ற அருமையான தீர்வுகள் குறித்து நீங்கள் பெரும் வியப்படைவீர்கள்.

செயல்முறைப் பயிற்சிகள்

1. உங்களுடைய தொழில்வாழ்க்கையில் நீங்கள் தற்போது எதிர்கொண்டிருக்கின்ற மிகப் பெரிய பிரச்சனை அல்லது சவால் எது? அதைத் தெளிவாக விவரித்து எழுதிக் கொள்ளுங்கள்.

2. அந்தப் பிரச்சனையைத் தீர்ப்பதற்காக நீங்கள் மேற்கொள்ளக்கூடிய ஏழு வெவ்வேறு விஷயங்களைப் பட்டியலிடுங்கள். நீங்கள் ஒன்றுமே செய்யாதிருப்பதையும்கூட நீங்கள் அதில் சேர்த்துக் கொள்ளலாம்.

அத்தியாயம் பதினைந்து

பூஜ்ஜிய அடிப்படையிலான சிந்தனையைப் பயிற்சி செய்யுங்கள்

ஒரு வித்தியாசமான கோணத்திலிருந்து பிரச்சனைகளை அணுகி அவற்றுக்குத் தீர்வு காண்கின்ற படைப்பாற்றல்ரீதியான சிந்தனை உத்திதான் பூஜ்ஜிய அடிப்படையிலான சிந்தனை முறையாகும். இதற்கு, நீங்கள் உங்களுடைய பழைய தீர்மானங்கள் அனைத்தையும் வழமையான அலசலுக்கு உட்படுத்த வேண்டும். குறிப்பாக, நீங்கள் முதலில் மேற்கொண்ட தீர்மானத்திற்குப் பின்னால் இருந்த சிந்தனைக்கு முரண்பாடான தரவுகள் உங்களுக்குக் கிடைக்கின்றபோது இதை நீங்கள் செய்ய வேண்டும்.

இந்த பூஜ்ஜிய அடிப்படையிலான சிந்தனை என்பது, கணக்கியலிலுள்ள பூஜ்ஜிய அடிப்படையிலான வரவு செலவுத் திட்டம் என்பதிலிருந்து வந்த ஒன்று. அடுத்தக்

கணக்காண்டுக்கான வரவு செலவுத் திட்டத்தைத் தயாரித்துக் கொண்டிருக்கின்றபோது, இந்த ஆண்டின் செலவுகள் ஒவ்வொன்றின் அளவை எவ்வளவு கூட்ட வேண்டும் அல்லது குறைக்க வேண்டும் என்று கேட்டுக் கொள்வதற்குப் பதிலாக, நீங்கள், "இந்தப் பகுதியில் நாம் பணத்தைச் செலவழித்துக் கொண்டிருக்கவில்லை. இப்போது அதன் நிலை என்ன என்பது நமக்குத் தெரியும். அப்படியிருக்கும்போது, இன்று நாம் அதற்குள் மீண்டும் செல்வோமா?" என்று கேட்க வேண்டும்.

இப்போது எனக்குத் தெரிந்துள்ளதை வைத்துப் பார்க்கும்போது

இப்படி ஒரு கேள்வியை நீங்கள் உங்களிடம் கேட்க வேண்டும்: "இப்போது எனக்குத் தெரிந்துள்ளதை வைத்துப் பார்க்கும்போது, இப்போது நான் செய்து கொண்டிருக்கின்ற விஷயங்களை மீண்டும் முதலிலிருந்து துவக்க வேண்டும் என்றால், அவற்றில் எதை நான் செய்யாமல் இருந்திருப்பேன்?"

நீங்கள் மேற்கொண்டுள்ள அனைத்துத் தீர்மானங்களையும் நினைவுகூர்ந்து, அவை ஒவ்வொன்றையும் இக்கேள்விக்கு உட்படுத்துங்கள்.

நீங்கள் இந்தக் கேள்வியைக் கேட்டு, அதற்கு, "இல்லை, நான் இதில் குதித்திருக்க மாட்டேன்," என்ற பதில் உங்களுக்குக் கிடைத்தால், நீங்கள் உங்களிடம் இந்த இரண்டாவது கேள்வியைக் கேட்க வேண்டும்: "இதிலிருந்து நான் எப்படி விரைவாக வெளியே வருவது?"

நான் கண்டுபிடித்துள்ளது இதுதான்: உங்களுடைய பூஜ்ஜிய அடிப்படையிலான கேள்விக்கு உங்களுக்குக் கிடைத்துள்ள பதில் 'இல்லை' என்பதாக இருந்தால், நிலைமை ஏற்கனவே கைமீறிப் போய்விட்டது என்பதுதான் அதற்கு அர்த்தம். இப்போது உங்கள் முன்னால் ஒரே ஒரு கேள்விதான் இருக்கும். அது

இதுதான்: இறுதியில் ஒருவழியாக அதை நிறுத்துகின்ற தீர்மானத்தை எடுப்பதற்கு நீங்கள் இன்னும் எவ்வளவு காலம் காத்திருக்கப் போகிறீர்கள்?

பூஜ்ஜிய அடிப்படையிலான சிந்தனைக்கான மூன்று பகுதிகள்

உங்களுடைய தொழில் வாழ்க்கையிலும் சரி, தனிப்பட்ட வாழ்க்கையிலும் சரி, உங்களுடைய வாழ்நாள் முழுவதும் பூஜ்ஜிய அடிப்படையிலான சிந்தனையை மேற்கொள்வதற்கு ஏற்றப் பகுதிகள் மூன்று இருக்கின்றன. முதலாவது, உறவுகள் தொடர்பானது. இப்போது உங்களுக்குத் தெரிந்துள்ளதை வைத்துப் பார்க்கும்போது, இப்போது நீங்கள் உறவாடிக் கொண்டிருக்கின்ற நபர்களோடு நீங்கள் மீண்டும் தொடர்பு ஏற்படுத்திக் கொள்ள வேண்டும் என்றால், அவர்களில் யாரோடு நீங்கள் உறவு ஏற்படுத்திக் கொள்ளாமல் இருந்திருப்பீர்கள்?

இப்போது உங்களுக்குத் தெரிந்துள்ளதை வைத்துப் பார்க்கும்போது, யாரை நீங்கள் வேலைக்கு எடுத்திருக்க மாட்டீர்கள்? யாருக்குப் பதவி உயர்வு கொடுத்திருக்க மாட்டீர்கள்? யாருக்கு முக்கியமான வேலைகளை ஒதுக்கியிருக்க மாட்டீர்கள்?

இப்படி நீங்கள் மீண்டும் உறவாட விரும்பாத நபர்களோடு தொடர்ந்து உறவு வைத்திருப்பதுதான், தனிப்பட்ட வாழ்க்கையிலும் சரி, தொழில் வாழ்க்கையிலும் சரி, உங்களுடைய மகிழ்ச்சியின்மை, மன அழுத்தம் மற்றும் விரக்திக்குக் காரணம்.

பூஜ்ஜிய அடிப்படையிலான சிந்தனையைப் பயன்படுத்துவதற்கான இரண்டாவது இடம் உங்களுடைய தொழிலின் ஒவ்வொரு பகுதியும் ஆகும். இப்போது உங்களுக்குத் தெரிந்துள்ளதை வைத்துப் பார்க்கும்போது, உங்களுடைய தொழிலின் எந்த அம்சத்தை நீங்கள் மீண்டும் செய்ய மாட்டீர்கள்?

இப்போது உங்களுக்குத் தெரிந்துள்ளதை வைத்துப் பார்க்கும்போது, இப்போது நீங்கள் விற்றுக் கொண்டிருக்கும் பொருட்களில் எவற்றை நீங்கள் மீண்டும் சந்தைக்குள் கொண்டுவர மாட்டீர்கள்?

இப்போது உங்களுக்குத் தெரிந்துள்ளதை வைத்துப் பார்க்கும்போது, உங்களுடைய சந்தை முறை, விற்பனை, தொழில் வளர்ச்சி ஆகியவற்றில் நீங்கள் பயன்படுத்திக் கொண்டிருக்கின்ற முறைகளில் எவற்றை நீங்கள் மீண்டும் செயல்படுத்தாமல் இருப்பீர்கள்?

பூஜ்ஜிய அடிப்படையிலான சிந்தனையைப் பயன்படுத்துவதற்கான இரண்டாவது இடம், பணம், நேரம் மற்றும் உணர்ச்சிகளின் முதலீடு. எந்தக் காரணமாக இருந்தாலும் சரி, பணத்தை இழப்பதை எல்லோருமே வெறுக்கின்றனர். ஆனால், நாம் எவ்வளவுதான் கவனமாகவும் புத்திசாலித்தனத்துடனும் முதலீடுகள் செய்தாலும், சில நேரங்களில் அவை நாம் எதிர்பார்க்கின்ற பதிலீடுகளைத் தராமல் போகத்தான் செய்யும். அப்போது நீங்கள், "இப்போது எனக்குத் தெரிந்துள்ளதை வைத்துப் பார்க்கும்போது, இந்த முதலீடுகளில் நான் இதுவரை முதலீடு செய்திருக்கவில்லை என்றால், இப்போது அவற்றில் நான் புதிதாக முதலீடு செய்வேனா?" என்ற கேள்வியை உங்களிடம் கேட்டுக் கொள்ள வேண்டும்.

உங்களுக்குக் கிடைக்கும் பதில் 'இல்லை' என்பதாக இருந்தால், உங்களுடைய அடுத்தக் கேள்வி, "இதிலிருந்து நான் எப்படி விரைவாக வெளியே வருவது?" என்பதாகத்தான் இருக்க வேண்டும்.

உங்களுடைய இழப்பை ஏற்றுக் கொண்டு, நீங்கள் தவறு செய்துவிட்டீர்கள் என்பதை ஒப்புக் கொள்ள நீங்கள் தயாராக இருக்க வேண்டும். தற்போது உங்களிடம் இருக்கின்ற தகவல்களை வைத்துப் பார்க்கின்றபோது, அது ஒரு நல்ல முதலீடு அல்ல. நீங்கள் தவறு செய்துவிட்டீர்கள் என்பதை ஒப்புக் கொள்ள மறுத்து, மோசமான முதலீடுகளை மேலும்

தொடர்ந்து செய்து கொண்டிருக்காதீர்கள்.

பணத்தை இழப்பதை மக்கள் எந்த அளவுக்கு வெறுக்கிறார்களோ, அந்த அளவுக்கு நேரத்தை இழப்பதையும் அவர்கள் வெறுக்கின்றனர். ஒரு புதிய பொருளை உருவாக்குவதற்கோ, ஒரு புதிய திட்டத்தை வடிவமைப்பதற்கோ, அல்லது ஒரு புதிய திறனைக் கற்றுக் கொள்வதற்கோ நீங்கள் ஏராளமான நேரத்தைச் செலவிட்டிருக்கலாம். ஆனால், இப்போது உங்களுக்குத் தெரிந்துள்ளதை வைத்துப் பார்க்கும்போது, அது ஒரு சரியான யோசனை அல்ல என்பதை நீங்கள் உணர்கிறீர்கள். நீங்கள் ஏராளமான நேரத்தை அதனால் இழந்துள்ளீர்கள். போன நேரம் போனதுதான். மேலும் நேரத்தை வீணடித்துக் கொண்டிருப்பதை நிறுத்துவதுதான் அதற்கான சரியான தீர்வாக இருக்க முடியும்.

அதேபோல, நாம் உணர்ச்சிகளிலும் ஏராளமாக முதலீடுகள் செய்திருப்போம். பொதுவாக அவை தனிப்பட்ட உறவுகள் மற்றும் தொழில்ரீதியான உறவுகள் தொடர்பானவையாகவும், படித்தல் அல்லது வேலையில் முன்னேற்றத்திற்கான முன்தயாரிப்புகள் போன்ற செயல்நடவடிக்கைகள் தொடர்பானவையாகவும் இருக்கும். எது எப்படியிருந்தாலும், நாம் தவறு செய்துவிட்டோம் என்பதையும், நம்முடைய உணர்ச்சிசார் முதலீடுகளால் எந்தப் பயனும் ஏற்படவில்லை என்பதையும் நாம் உணர்ந்து கொள்கின்றபோது, அதைத் தலை முழுகிவிட்டு முன்னோக்கி நடைபோட நாம் தயாராக இருக்க வேண்டும்.

படைப்பாற்றல்ரீதியாகச் சிந்தித்து, வருங்காலம் குறித்துச் சிறப்பான புதிய யோசனைகளைப் பெற நீங்கள் விரும்பினால், உங்களுடைய படைப்பாற்றல் சிந்தனையைப் பின்னுக்கு இழுத்துப் பிடித்துக் கொண்டிருக்கின்ற மனத்தடைகளை உதறித் தள்ள நீங்கள் தயாராக இருக்க வேண்டும். நெகிழ்வுத்தன்மையுடனும்

திறந்த மனத்துடனும் இருப்பதற்கும், உங்களுடைய வாழ்க்கையின் ஒவ்வொரு பகுதியிலும் சிறந்ததொரு படைப்பாற்றல் சிந்தனையாளராக இருப்பதற்கும் பூஜ்ஜிய அடிப்படையிலான சிந்தனை வெகுவாக உதவும்.

செயல்முறைப் பயிற்சிகள்

1. உங்களுடைய தனிப்பட்ட வாழ்க்கையில் அல்லது தொழில் வாழ்க்கையில் இடம்பெற்றுள்ள நபர்களில், இன்று நீங்கள் மீண்டும் உறவு உண்டாக்கிக் கொள்ள விரும்பாத ஒரு நபரைத் தேர்ந்தெடுங்கள். எவ்வளவு விரைவாக முடியுமோ, அவ்வளவு விரைவாக அதை ஒரு முடிவுக்குக் கொண்டுவர உறுதி பூணுங்கள்.
2. உங்களுடைய தனிப்பட்ட வாழ்க்கையில் அல்லது தொழில் வாழ்க்கையில் நீங்கள் மேற்கொண்டுள்ள செயல்நடவடிக்கைகளில், இன்று நீங்கள் மீண்டும் தொடங்க விரும்பாத ஒரு நடவடிக்கையைத் தேர்ந்தெடுங்கள். எவ்வளவு விரைவாக முடியுமோ, அவ்வளவு விரைவாக அதை ஒரு முடிவுக்குக் கொண்டுவர உறுதி பூணுங்கள்.

அத்தியாயம் பதினாறு

எதார்த்தத்தைத் துணிச்சலாக எதிர்கொள்ளுங்கள்

ஜெனரல் எலெக்ட்ரிக் நிறுவனத்தின் முன்னாள் தலைவர் ஜாக் வெல்ச், ஒரு முறை, தொழிலின் மிக முக்கியமான விதி 'எதார்த்தக் கொள்கை' என்று கூறியிருந்தார். உலகம் எப்படி இருக்க வேண்டும் என்று நீங்கள் விரும்புகிறீர்களோ அப்படி அதைப் பாராமல், அது எப்படி இருக்கிறதோ அப்படியே அதை பார்க்கின்ற திறன் இது. சரியாக இருப்பதற்கு நீங்கள் எக்கச்சக்க உழைப்பைக் கொட்டி உங்களுடைய தற்செருக்கை எவ்வளவு பிரம்மாண்டமாக வளர்த்திருந்தாலும் சரி, எந்தவொரு சூழ்நிலையிலும் உங்களுடன் சமரசமற்றக் கச்சிதமான நேர்மையுடன் இருப்பதற்கான திறன் இது. ஜாக் வெல்ச் எந்தவொரு கூட்டத்திற்கு வந்தாலும், அவர் முதலில் கேட்கின்ற கேள்வி இதுவாகத்தான்

இருக்கும்: "எதார்த்த நிலை எது?"

இதுதான் உங்களுடைய கேள்வியாகவும் இருக்க வேண்டும். எதார்த்த நிலை எது? உங்களுடைய தனிப்பட்ட வாழ்க்கை மற்றும் தொழில் வாழ்க்கையின் ஒவ்வோர் அம்சத்தையும் அலசி இக்கேள்வியைக் கேளுங்கள்: "இப்போது எனக்குத் தெரிந்துள்ளதை வைத்துப் பார்க்கும்போது, இப்போது நான் செய்து கொண்டிருக்கின்ற விஷயங்களை மீண்டும் முதலிலிருந்து செய்ய வேண்டுமென்றால், அவற்றில் எதை நான் செய்யாமல் இருப்பேன்?"

உடனடியாகவோ அல்லது சற்றுத் தாமதமாகவோ எதார்த்தம் உங்களைக் கண்டிப்பாக எட்டிப் பிடித்துவிடும். அதை உங்களால் தவிர்க்கவே முடியாது. காலம் மாறுகின்றபோது, நீங்கள் உருவாக்கி வைத்துள்ள சூழ்நிலையால் தாக்குப்பிடிக்க முடியாது. அது நடந்து முடிந்த கதை. இனி ஆக வேண்டியது என்ன என்றுதான் நீங்கள் பார்க்க வேண்டும். இங்கு நீங்கள் கேட்கக்கூடிய ஒரே கேள்வி இதுவாகத்தான் இருக்கும்: "எதார்த்தத்தை ஏற்றுக் கொள்வதை எவ்வளவு காலம் உங்களால் தள்ளிப்போட முடியும்? அதற்கு எவ்வளவு விலை கொடுக்க நீங்கள் தயாராக இருக்கிறீர்கள்?"

இறுதியில் நீங்கள் ஒருவழியாக அதை ஒரு முடிவுக்குக் கொண்டுவரத் தீர்மானிக்கின்றபோது, நீங்கள் இரண்டு விதமான உணர்வுகளை அனுபவிப்பீர்கள். முதலாவது, பெரும் நிம்மதி உணர்வு உங்களுக்கு ஏற்படும். உங்களுக்கு மன அழுத்தம் மற்றும் விரக்தியைக் கொடுத்துக் கொண்டிருந்த ஒரு பெரிய பாரம் உங்களுடைய மனத்திலிருந்து இறக்கி வைக்கப்பட்டதாக நீங்கள் உணர்வதால், நீங்கள் மகிழ்ச்சி அடைவீர்கள். இரண்டாவது, "இதை நான் ஏன் நெடுங்காலத்திற்கு முன்பே செய்யாமல் விட்டுவிட்டேன்?" என்று உங்களை நீங்களே கேட்டுக் கொள்வீர்கள்.

வளர்ச்சி சாத்தியமற்றச் சூழல்

என் வாடிக்கையாளர்களில் ஒருவர் ஒரு நிறுவனத்தைத் தொடங்கி அதை ஓரளவு வெற்றிகரமாகவும் நடத்தி வந்து கொண்டிருந்தார். ஆனால், ஒரு கட்டத்தில் விற்பனை அதிகரிக்காமல் அப்படியே நின்றுவிட்டது. அதற்கு மேல் அவரால் வளர முடியவில்லை. இந்த வளர்ச்சியின்மை, அவருக்கும் அவருடைய நிறுவனத்திலிருந்த பலருக்கும் விரக்தியையும் வருத்தத்தையும் கொடுத்தது. என்னதான் முயன்றாலும், அவர்களால் தங்களுடைய விற்பனையை அதிகரிக்க முடியவில்லை.

அவர்கள் தங்களுடைய பிரச்சனைக்கு, தொழில் போட்டி, நாட்டின் பொருளாதார நிலை, தொழில்நுட்ப மாற்றம், தாக்கமற்ற விளம்பரங்கள், உற்பத்திப் பிரச்சனைகள் என்று பல்வேறு காரணிகளின்மீது பழி சுமத்தினர்.

இறுதியில்தான், என் வாடிக்கையாளர், தன் நிறுவனத்தின் தலைமைப் பொறுப்பிலிருந்த தன்னுடைய நண்பர்தான் நிறுவனத்தின் வளர்ச்சியின்மைக்கான பிரச்சனை என்பதைக் கண்டுபிடித்தார். அவர் தன் தொழிலைத் தொடங்கிய காலத்திலிருந்தே அவருடைய நண்பர் அதன் ஓர் அங்கமாக இருந்து வந்திருந்தார். அந்த நிறுவனம் தொடங்கப்பட்டக் காலத்திலும் அது ஒரு நடுத்தர நிறுவனமாக வளர்ந்து வந்த காலகட்டத்திலும் அவர் அந்நிறுவனத்திற்குச் சிறப்பான பங்களிப்பை அளித்து வந்திருந்தார். ஆனால், அது ஒரு பெரிய நிறுவனமாக வளர்ந்தபோது, அதைச் சமாளிக்க முடியாமல் அவர் திணறினார்.

அதைத் தொடர்ந்து என் வாடிக்கையாளர் தன் நண்பரை தன் தொழிலிலிருந்து அப்புறப்படுத்தினார். அது என் வாடிக்கையாளருக்கு மனத்தளவில் ஒரு கடினமான தீர்வாக இருந்ததோடு, செலவுமிக்கதாகவும் அமைந்தது. ஆனால், அந்த நிறுவனத்திற்கு இருந்த

பெருந்தடை உடனே விலகியது. என் வாடிக்கையாளர் தன் நண்பருக்குப் பதிலாகப் புதிதாக ஒருவரை அந்த வேலைக்கு நியமித்ததோடு, மேலும் பல அனுபவசாலிகளை நிறுவனத்திற்குள் கொண்டு வந்தார். ஒரே ஆண்டுக்குள் அவருடைய இலாபம் இரட்டிப்பானது. அவருடைய வளர்ச்சி இன்றளவும் தொடர்ந்து கொண்டிருக்கிறது.

துணிவே துணை

உங்களுடைய தனிப்பட்ட வாழ்க்கையையும் உங்களுடைய தொழில் வாழ்க்கையையும் சற்று விலகி இருந்து நேர்மையாக எடை போடுவதற்கு நிறையவே துணிச்சல் தேவைப்படும். ஏனெனில், பெரும்பாலான நேரங்களில் நீங்கள் தவறுகள் புரிந்திருந்தீர்கள் என்று நீங்கள் ஒப்புக் கொள்ள வேண்டியிருக்கும். அல்லது, முன்பு நீங்கள் மேற்கொண்டிருந்த ஒரு தீர்மானம் தவறானது என்று நீங்கள் ஏற்றுக் கொள்ள வேண்டியிருக்கும்.

உலகிலேயே மிகப் பெரிய விளையாட்டுச் சந்தையியல் நிறுவனத்தைக் கட்டியெழுப்பியுள்ள கோடீஸ்வரரான மார்க் மெக்கோர்மாக், தான் எழுதியுள்ள 'வாட் தே டோன்ட் டீச் அட் ஹார்வர்டு' என்ற நூலில், படுவேகமாக மாறிக் கொண்டிருக்கின்ற, கடும் போட்டி நிறைந்த கொந்தளிப்பான சந்தையில் வெற்றி பெறுவதற்கு ஒரு நிர்வாகி மூன்று முக்கிய விஷயங்களைக் கற்றுக் கொள்ள வேண்டும் என்று குறிப்பிடுகிறார்.

முதலாவது, "நான் கருதியிருந்தது தவறு," என்ற வாக்கியத்தைக் கூற அவர் கற்றுக் கொள்ள வேண்டும். எந்தவொரு நிறுவனத்திலும் மேற்கொள்ளப்படுகின்ற நிர்வாகத் தீர்மானங்களில் 70 சதவீதம் தவறானவை என்பது காலப்போக்கில் தெரிய வருமென்று அமெரிக்க மேலாண்மைக் கழகம் தெரிவிக்கிறது. சிறிய தவறுகள், பெரிய தவறுகள் ஆகியவற்றில் தொடங்கி,

பேரழிவுகள்வரை சகலமும் அவற்றில் அடங்கும். ஒரு தவற்றை, அது எப்படிப்பட்டதாக இருந்தாலும் சரி, நீங்கள் செய்துவிட்டீர்கள் என்று அறிந்த உடனேயே அதை ஒப்புக் கொள்வதற்கும், அதன் சேதத்தை முடிந்த அளவு குறைப்பதற்கும் நீங்கள் தயாராக இருக்க வேண்டும்.

இரண்டாவது, "நான் தவறிழைத்துவிட்டேன்," என்ற கூற்றைக் கூறுவதற்கு நீங்கள் தயாராக இருக்க வேண்டும்.

"எந்தவொரு பெரிய பிரச்சனையும், ஒரு சமயத்தில், மிகச் சுலபமாகக் களைந்தெறியப்படக்கூடிய ஒரு சிறிய பிரச்சனையாகத்தான் இருந்திருக்கும்," என்ற கூற்றை நீங்கள் கேள்விப்பட்டிருக்கலாம். எத்தனை தவறுகள் மிகப் பெரிய பிரச்சனைகளாக உருவாவதற்கு அனுமதிக்கப்படுகின்றன என்பதை அறிகின்றபோது வியப்பாக இருக்கிறது. அதிகார பீடத்திலிருந்து அத்தீர்மானத்தை எடுத்திருந்தவர், தன்னுடைய தற்செருக்கை ஓரமாக வைத்துவிட்டு, "நான் தவறிழைத்துவிட்டேன்," என்று மட்டும் கூறியிருந்தால், அவற்றில் பல எப்போதோ சுலபமாகத் தீர்க்கப்பட்டிருக்கும்.

மனத்தளவில் நெகிழ்வுத்தன்மையை வளர்த்துக் கொள்ளுங்கள்

மூன்றாவதாக, ஒரு நிர்வாகி, "நான் என் மனத்தை மாற்றிக் கொண்டேன்," என்று கூறக் கற்றுக் கொள்ள வேண்டும்.

பலர் தங்களுடைய இளமைக்கால அனுபவங்களின் காரணமாக, மனத்தை மாற்றிக் கொள்வது அல்லது தாங்கள் மேற்கொண்ட ஒரு தீர்மானத்திலிருந்து பின்வாங்குவது பலவீனத்தின் அடையாளம் என்ற யோசனையுடன் வளர்ந்துள்ளனர். மாற்றங்கள் படுபயங்கரமான வேகத்தில் நடைபெற்றுக்

கொண்டிருக்கின்ற இந்தக் காலகட்டத்தில், சூழ்நிலை மாறிவிட்டது என்பதைப் புரிந்து கொண்டு, இதிலிருந்து தப்பிப் பிழைத்துக் கொழிக்க வேண்டுமென்றால் சிந்தனையை மாற்றிக் கொள்ள வேண்டும் என்பதை ஏற்றுக் கொள்வது துணிவின் அடையாளமாகும்.

என்னுடைய நிறுவனத்தில் நான் என் ஊழியர்களிடம், தவறுகள் செய்வதில் பிரச்சனை எதுவுமில்லை என்று அடிக்கடி நினைவுபடுத்துவேன். சந்தையிலிருந்து உங்களுக்குக் கிடைக்கின்ற ஒரே ஒரு புதிய தகவல், ஆழமாகச் சிந்தித்து நீங்கள் மேற்கொண்டிருந்த ஒரு தீர்மானத்தை அப்படியே புரட்டிப் போட்டுவிடக்கூடும். எடுத்துக்காட்டாக, பல வார உழைப்புக்குப் பிறகு வெள்ளிக்கிழமையன்று நீங்கள் தொழில் உத்தி தொடர்பான திட்டம் ஒன்றை நிறைவு செய்திருக்கக்கூடும். திங்கட்கிழமை காலையன்று உங்களுக்குக் கிடைக்கின்ற முக்கியத் தகவல் காரணமாக, அத்திட்டத்தை அப்படியே குப்பைத்தொட்டியில் எறிந்துவிட்டு, அந்த வேலையை நீங்கள் மீண்டும் முதலிலிருந்து தொடங்க வேண்டியிருக்கலாம்.

செயல்முறைப் பயிற்சிகள்

1. உங்களிடம் நீங்கள், “நான் இந்தச் சூழ்நிலையை, அது உண்மையில் எப்படி இருக்கிறதோ அப்படிப் பார்த்துக் கொண்டிருக்கிறேனா அல்லது அது எப்படி இருக்க வேண்டும் என்று நான் விரும்புகிறேனோ அப்படி இருப்பதாகப் பார்த்துக் கொண்டிருக்கிறேனா?” என்று கேளுங்கள்.
2. “நான் கருதியிருந்தது தவறு”, “நான் தவறிழைத்துவிட்டேன்”, “நான் என் மனத்தை மாற்றிக் கொண்டேன்” ஆகிய மாயாஜாலமான வார்த்தைகளைக் கூறுவதற்குக் கற்றுக் கொள்ளுங்கள்.

அத்தியாயம் பதினெழு

தடைகள் பிரச்சனைகளாக உருவாக அனுமதிக்காதீர்கள்

தனிப்பட்ட வாழ்க்கையிலும் சரி, தொழில் வாழ்க்கையிலும் சரி, இலக்குகளை அடைவதற்கு நீங்கள் தேர்ந்தெடுத்துள்ள பாதையில் நீங்கள் பல தடைகளையும் குறுக்கீடுகளையும் சந்திக்க வேண்டியிருக்கும். அவற்றில் சில தெளிவாகத் தெரியும், வெளிப்படையாக இருக்கும். சில எதிர்பாராதவையாகவும் கண்களுக்கு எளிதில் புலப்படாதவையாகவும் இருக்கும். சில தடைகள், டொனால்டு ரம்ஸ்ஃபெல்டு கூறியுள்ளதுபோல, "தெரியாத தெரியாதவைகளாகவும்" இருக்கும்.

ஒன்பதாவது அத்தியாயத்தில், நம்மை 'அழுத்திக் கொண்டிருக்கும் பிரச்சனைகள்' குறித்து நான் குறிப்பிட்டிருந்து உங்களுக்கு நினைவிருக்கலாம். நீங்கள் உங்களுடைய முக்கியமான இலக்குகளை

அடைய முடியாதபடி உங்களைத் தடுத்து, உங்களை இழுத்துப் பிடித்துக் கொண்டிருக்கின்ற அனைத்துத் தடைகளையும் அடையாளம் காண்பது படைப்பாற்றல் சிந்தனையின் முதன்மையான பயன்பாடுகளில் ஒன்று. அதைத் தொடர்ந்து நீங்கள் அந்தத் தடைகளை அலசி ஆராய வேண்டும். பிற தடைகளோடு ஒப்பிடுகையில் அந்தத் தடைகளில் எந்த ஒரே ஒரு தடையைக் களைவது நீங்கள் உங்களுடைய இலக்கை விரைவாக அடைய உதவும் என்பதை நீங்கள் தீர்மானிக்க வேண்டும்.

பாதையின் குறுக்கே ஒரு பாறை

இப்படிக் கற்பனை செய்து கொள்ளுங்கள். நீங்கள் ஒரு சிலருடன் சேர்ந்து ஒரு குழுவாக ஒரு மலைப்பாதையில் சென்று கொண்டிருக்கிறீர்கள். ஒரு திருப்பத்தில் நீங்கள் திரும்புகின்றபோது, அங்கு மலையிலிருந்து உருண்டு வந்திருந்த ஒரு பாறை மொத்தப் பாதையையும் அடைத்துக் கொண்டு கிடப்பதை நீங்கள் பார்க்கிறீர்கள். இந்த உருவகக் கதையில் வருவதுபோல ஒரு பெரிய தடை உங்களுடைய தொழிலில் நீங்கள் பயணித்துக் கொண்டிருக்கின்ற பாதையில் இருந்தால், அதை நீக்குவதற்குப் பல விதமான திறன் படைத்தவர்கள் ஈடுபடுத்தப்பட வேண்டும்.

என் தொழிற்கூட்டாளிகளில் சிலர் ஒன்றிணைந்து லாஸ் ஏஞ்சலீஸில் உயர் தொழில்நுட்ப நிறுவனம் ஒன்றைத் தொடங்கினர். அவர்கள் வழங்கிக் கொண்டிருந்த பொருளை அவர்கள் தொடர்ந்து மேம்படுத்திக் கொண்டே இருந்தனர். அதன் விளைவாக, அவர்களுடைய வாடிக்கையாளர்களும் தொடர்ந்து சிறப்பான பயனைப் பெற்றுக் கொண்டிருந்தனர். ஆனால், அவர்கள் ஒரு பிரச்சனையை எதிர்கொண்டிருந்தனர். அவர்களுக்கு இலாபத்தை ஈட்டித் தரக்கூடிய அளவுக்குப் போதுமான எண்ணிக்கையில் வாடிக்கையாளர்கள் இருக்கவில்லை.

தொழிலில் நிலைத்திருப்பதற்காக, அவர்கள் முதலீட்டாளர்களிடமிருந்து தொடர்ந்து பணத்தைப் பெற்றுத் தொழிலுக்குள் போட்டுக் கொண்டே இருந்தனர். இப்போக்கு சில ஆண்டுகளுக்குத் தொடர்ந்தது.

திடீரென்று அவர்களுக்கு ஒரு விஷயம் புரிந்தது. உயர் தொழில்நுட்பத் துளிர் நிறுவனங்கள் பலவற்றுக்கும் இதுபோன்ற பிரச்சனை இருந்தது. தாங்கள் தங்களுடைய பொருளைத் தொடர்ந்து மேம்படுத்திக் கொண்டிருக்க வேண்டிய அவசியமில்லை, மாறாக, தாங்கள் தங்களுடைய பொருளை இன்னும் அதிகமான வாடிக்கையாளர்களிடம் விற்க வேண்டும் என்ற புரிதல்தான் அது. அவர்கள் தொழில்நுட்பப் பின்புலத்திலிருந்து வந்திருந்ததால், தொழிலைப் பொறுத்தவரை, பொருளின் தரத்தைவிட, அதிகமான நபர்களுக்கு உற்பத்திப் பொருளை விற்பதுதான் முதன்மையானதாக இருக்க வேண்டும் என்பதை அவர்கள் ஒருபோதும் உணர்ந்திருக்கவில்லை.

விற்பனையில் கவனம்

இப்புரிதலுடன் அவர்கள் மிகச் சிறந்த ஒரு விற்பனையாளரைத் தேடத் தொடங்கினர். தங்களுக்கு என்ன வேண்டும் என்பதில் அவர்களுக்குத் தெளிவு ஏற்பட்டவுடன், விரைவிலேயே அவர்கள் எதிர்பார்த்தத் திறன்களுடன் ஒரு விற்பனையாளர் அவர்களுக்குக் கிடைத்தார்.

அடுத்த ஓராண்டுக்குள் அந்த நிறுவனத்தின் விற்பனை வெகுவாக அதிகரித்து, நஷ்டத்தில் இயங்கிக் கொண்டிருந்த அந்த நிறுவனம் இலாபம் ஈட்டத் தொடங்கியது. இரண்டாம் ஆண்டில், முதலில் இலாபம் இரட்டிப்பாகி, பின்னர் அது மூன்று மடங்கானது. மூன்றாம் ஆண்டில் அது பத்து மடங்கானது. அந்த நிறுவனத்தின் பங்கின் விலையும் பத்து மடங்கு

அதிகரித்தது. பல ஆண்டுகளாக அந்த நிறுவனத்தை ஆட்டிப் படைத்துக் கொண்டிருந்த அனைத்து நிதிப் பிரச்சனைகளும் காணாமல் போயின.

உங்களுடைய 'பாறை' எது? நீங்கள் உங்களுடைய இலக்கை அடைவதற்கு எந்தப் பாறை குறுக்கே நின்று கொண்டிருக்கிறது? அதை நீங்கள் அடையாளம் கண்டுகொண்ட பிறகு, அதைக் கடந்தோ, அதன்மீது ஏறியோ அல்லது அதைச் சுற்றி வந்தோ உங்களுடைய இலக்கை நோக்கி நீங்கள் வெற்றி நடை போட வேண்டும்.

உங்களுடைய பெரிய பாறையை நீங்கள் அடையாளம் கண்டு அதைத் தகர்த்தெறிவதற்கு நீங்கள் உங்களுடைய ஆற்றல் முழுவதையும் செலவிடுவது, சிறிய பல தடைகளை எடுக்க முனைவதைவிட அதிக விரைவாகவும் அதிகச் சிறப்பாகவும் பலனளிக்கும்.

கூட்டுப் பிரச்சனை

உங்களுடைய தொழிலில் நீங்கள் எதிர்கொண்டுள்ள பெரிய தடைக்கல் பல நேரங்களில் மிகவும் சிக்கலான ஒன்றாகவும், பல பிரச்சனைகளின் கூட்டுப் பிரச்சனைபோலவும் தோன்றும். உண்மையில் ஒரு பெரிய பிரச்சனையைச் சுற்றிப் பல சிறிய பிரச்சனைகள் ஒட்டிக் கொண்டிருப்பதால் அது அப்படித் தோன்றுகிறது.

அதனால், நீங்கள் அந்தப் பெரிய பிரச்சனையோடு ஒட்டிக் கொண்டிருக்கின்ற சிறிய பிரச்சனைகளின்மீது கவனத்தைக் குவிக்காமல், பெரிய பிரச்சனையைத் தீர்க்க முனைய வேண்டும். பெரும்பாலான நேரங்களில், பெரிய பிரச்சனை தீர்க்கப்பட்டவுடன், சிறிய பிரச்சனைகள் தாமாகவே ஓடி மறைந்துவிடும்.

ஆனால், சரியான, தேவையான, மற்றும் கடினமான காரியங்களைச் செய்வதற்குப் பதிலாக எளிதான காரியங்களைச் செய்ய விரும்புவதுதான்

பெரும்பாலான மக்கள் செய்கின்ற பெருந்தவறு. அவர்கள் சிறிய தடைகளை அகற்றுவதிலும், அன்றாடப் பிரச்சனைகளைத் தீர்ப்பதிலுமே முழு மூச்சுடன் ஈடுபடுகின்றனர். அப்படிச் செய்வதால், தங்களுக்கு முன்னால் இருக்கின்ற பெரும் பாறையின்மீது கவனத்தைச் செலுத்த அவர்களால் முடியாமல் போய்விடுகிறது.

செயல்முறைப் பயிற்சிகள்

1. உங்களுடைய விற்பனையையும் இலாபத்தையும் மட்டுப்படுத்திக் கொண்டிருக்கின்ற, உங்களுடைய தொழிலுக்கு உள்ளே அல்லது வெளியே இருக்கின்ற மிகப் பெரிய ஒரு தடையை அடையாளம் காணுங்கள்.
2. உங்களுடைய கூட்டுப் பிரச்சனை என்னவென்று கண்டுபிடியுங்கள். அதற்குள் பொதிந்திருக்கும் பெரிய பிரச்சனையை அடையாளம் காணுங்கள்.

அத்தியாயம் பதினெட்டு

புத்தாக்கத்தின் ஏழு மூலாதாரங்கள்

பீட்டர் டிரக்கர் தான் எழுதியுள்ள ‘புத்தாக்கமும் தொழில்முனைவும்’ என்ற நூலில், தொழில்களுக்கான ஏழு புத்தாக்க மூலாதாரங்களை விவரிக்கிறார். இவற்றை அறிந்திருத்தல், நீங்கள் உங்களுடைய தொழிலை வளர்த்தெடுப்பதற்கு வெகுவாக உதவும்.

1. எதிர்பாராத நிகழ்வு

ஒரு புதிய தொழில் வாய்ப்புக்கு வழிவகுக்கின்ற ஓர் எதிர்பாராத நிகழ்வுதான், பெரும்பாலும் ஓர் ஒட்டுமொத்தத் துறையையும் உலுக்கிவிடுகின்ற புத்தாக்கத்திற்கான முக்கியக் காரணியாக அமைகிறது. பொதுவாக, அந்த எதிர்பாராத நிகழ்வு, அத்துறைக்குள் இருக்கின்ற ஒரு தொழிலில் நிகழ்கின்ற எதிர்பாராத

வெற்றி அல்லது தோல்வியாக இருக்கும்.

பியர் ஓமிடியாரிடம், மிட்டாய்களை விநியோகிக்கும் இயந்திரங்கள் பல இருந்தன. அவற்றை அவர் யாருக்காவது விற்பனை செய்ய விரும்பினார். ஆனால், அது போன்ற பொருட்களை விற்பனை செய்கின்ற வலைத்தளங்கள் எதுவும் இருக்கவில்லை. அதனால், தன் பொருளுக்கு அதிக விலை கொடுத்து வாங்கத் தயாராக இருப்பவரிடம் அவற்றை விற்பதற்காக அவர் 'ஈ-பே' என்ற ஒரு நிறுவனத்தைத் தோற்றுவித்தார். அதற்கு உடனடியாகப் பெரும் வரவேற்பு இருந்ததைக் கண்ட அவர், தன் நிறுவனத்தை ஓர் ஏல நிறுவனத்தைப்போலப் பயன்படுத்திப் பல பொருட்களை விற்றார். இந்த எதிர்பாராத நிகழ்வு ஒரு மாபெரும் வெற்றிக்கு வழிவகுக்கும் என்பதைப் புரிந்து கொண்ட அவர், அதைத் தனக்குச் சாதகமாகப் பயன்படுத்தி உலகின் பெரும் பணக்காரர்களில் ஒருவராக ஆனார்.

தொழிலுலகில் நிகழ்ந்துள்ள வரலாற்றுச் சிறப்புமிக்க மாற்றங்களில் பல, எதிர்பாராத தோல்விகளாலும் தூண்டப்பட்டுள்ளன. பல நேரங்களில் ஒரு விற்பனைப் பொருளின் தோல்வியால் உந்தப்பட்டு, முற்றிலும் புதியதொரு வடிவத்தில் ஒரு பொருள் உண்டாக்கப்பட்டு, அது நினைத்துப் பார்க்கப்பட முடியாத வெற்றிக்கு வழிவகுத்துள்ள சம்பவங்களும் உலகில் அரங்கேறியுள்ளன.

2. முரண்பாடு

ஒன்று எப்படி இருக்க வேண்டும் என்பதற்கும், எதார்த்தத்தில் அது எப்படி இருக்கிறது என்பதற்கும் இடையே இருக்கின்ற முரண்பாடு, பல நேரங்களில் புத்தாக்கங்களுக்கு இட்டுச் செல்கிறது. ஒரு குறிப்பிட்ட முறையில் நிகழ வேண்டிய விஷயங்கள் வேறு விதத்தில் நிகழ்கின்றபோது, அங்கு ஒரு முரண்பாடு தோன்றுகிறது.

இன்று உங்கள் தொழில் எப்படிப் போய்க் கொண்டிருக்கிறது என்று பாருங்கள். ஏதாவது விஷயங்கள் நீங்கள் முதலில் எதிர்பார்த்திருந்ததற்கு முற்றிலும் வேறுபட்ட விதத்தில் நடந்து கொண்டிருக்கின்றனவா? அது போன்ற முரண்பாடுகள், புதுமையான பொருட்களை நீங்கள் உருவாக்குவதற்கு இட்டுச் செல்லக்கூடிய மூலாதாரங்களாக விளங்கக்கூடும்.

3. செயல்முறைத் தேவைகள்

உங்களுடைய நிறுவனத்திலுள்ள ஒரு பிரச்சனையைத் தீர்ப்பதற்கு, புத்தாக்கத் தொழில்நுட்பம், பெரும் உத்தி அல்லது புதிய அமைப்புமுறை உங்களுக்குத் தேவைப்படலாம். அதாவது, ஒரு செயல்முறைத் தேவை உங்களுக்கு இருக்கிறது. சந்தையில் நீங்கள் ஆதிக்கம் செலுத்துவதற்கு இடையூறாக இருக்கின்ற ஒரு மாபெரும் தடையைத் தகர்த்தெறிவதற்கு உங்களுக்கு உதவக்கூடிய ஒன்றாக அது இருக்கலாம்.

டாம் மோனகன், தான் வேலை பார்த்துக் கொண்டிருந்த பீட்சா கடையின் முதலாளிகளிடம், பீட்சாக்களை ஆர்டர் கிடைத்த 30 நிமிடங்களுக்குள் வாடிக்கையாளர்களிடம் கொடுக்கின்ற யோசனையை முன்வைத்தபோது, அது சாத்தியமே இல்லை என்று அவர்கள் மறுத்துவிட்டனர். ஒவ்வொரு பீட்சாவும் தனித்தனியாகத் தயாரிக்கப்பட்டு, வேக வைக்கப்பட்டு, அட்டைப் பெட்டியில் போடப்பட்டு, ஒரு வாகனத்தில் கொண்டு சென்று கொடுக்கப்பட வேண்டும். அச்செயல்முறை 30 நிமிடங்களில் நடைபெறுவதற்கான சாத்தியமே இல்லை என்று அவர்கள் கைவிரித்துவிட்டனர்.

ஆனால், அது சாத்தியம் என்று டாம் நம்பினார். தான் பீட்சாக்களை வாடிக்கையாளர்களிடம் கொண்டு சென்று கொடுத்த அனுபவத்தையும், தான் மேற்கொண்ட சில ஆய்வுகளையும் வைத்து, 80 சதவீத

வாடிக்கையாளர்கள் 20 சதவீதப் பீட்சா வகைகளையே ஆர்டர் செய்கின்றனர் என்பதை அவர் கண்டுபிடித்தார். அதைத் தொடர்ந்து, அவர் சொந்தமாக ஒரு பீட்சா கடையைத் திறக்க முடிவு செய்தார். அக்கடையில், வாடிக்கையாளர்களிடையே மிகவும் பிரபலமாக இருந்த எட்டே எட்டு வகையான பீட்சாக்களை மட்டுமே அவர் தயாரித்தார். சமைப்பதற்கு ஏதுவாக அவர் அவற்றை முன்கூட்டியே தயாரித்து வைத்தார். ஆர்டர்கள் வந்தவுடன் அவர் அவற்றை வேக வைத்துப் படுவேகமாக வாடிக்கையாளர்களுக்கு அனுப்பி வைத்தார். கண்மூடித் திறப்பதற்குள், டாமினோஸ் பீட்சா, உலகெங்கும் 8,000 கிளைகளைக் கொண்ட ஒரு பன்னாட்டு நிறுவனமாக உருவெடுத்தது.

உங்களுடைய போட்டியாளர்களைக் காட்டிலும் உங்களுடைய வாடிக்கையாளர்களுக்கு மேம்பட்ட விதத்திலும், விரைவாகவும், மலிவாகவும் சேவை செய்வதற்கு உங்களுடைய தொழிலில் நீங்கள் எந்தச் செயல்முறையை மாற்ற வேண்டும் அல்லது புதிதாக உருவாக்க வேண்டும்? உங்களுடைய உற்பத்திச் செயல்முறையில் அல்லது விற்பனைச் செயல்முறையில் மேற்கொள்ளப்படுகின்ற ஒரு சிறிய மாற்றம் உங்களுக்குச் சந்தையில் மாபெரும் அனுகூலத்தைக் கொடுக்கலாம்.

4. தொழிற்துறையின் கட்டமைப்பில் மாற்றங்களை ஏற்படுத்துதல்

பலவிதமான காரணிகளின் விளைவாக ஒரு தொழிற்துறையின் கட்டமைப்பே மாறக்கூடும். இதற்கு ஒரு நல்ல எடுத்துக்காட்டு, 2006 இல் ஆப்பிள் நிறுவனத்தால் அறிமுகப்படுத்தப்பட்ட ஐபோன். அதன் விளைவாக, சாம்சங் நிறுவனம், ஆன்ட்ராய்டு இயங்குதளத்தை அடிப்படையாகக் கொண்ட திறன்பேசிகளைச் சந்தையில் இறக்கிவிட்டது. ஐந்து ஆண்டுகளுக்கு உள்ளாக, வணிக அலைபேசிச்

சந்தையில் ஆதிக்கம் செலுத்திக் கொண்டிருந்த பிளாக்பெர்ரி நிறுவனமும், தனிநபர் அலைபேசிச் சந்தையில் ஆதிக்கம் செலுத்திக் கொண்டிருந்த நோக்கியா நிறுவனமும், தம்முடைய சந்தைப் பங்கில் 10 சதவீதத்திற்கும் மேலாக இழந்துவிட்டன.

ஒரு தொழிற்துறையைப் புரட்டிப் போடுகின்ற அளவுக்கு இருக்கின்ற ஒவ்வொரு புதிய கண்டுபிடிப்பும், ஒவ்வொரு தொழில்நுட்பப் புதுமையும், புதிய பொருட்கள் மற்றும் சேவைகளுக்கான பெரிய சந்தைகளைத் திறந்துவிடவும் செய்கின்றன.

5. மக்கட்தொகையில் ஏற்படுகின்ற மாற்றங்கள்

மக்கட்தொகையில் ஏற்படுகின்ற மாற்றங்கள், உலகெங்கும் தனியார் மற்றும் பொதுத் துறைகளில் குறிப்பிடத்தக்கப் புதுமையான கண்டுபிடிப்புகளுக்கு வழிவகுக்கின்றன. அமெரிக்காவில் 1946க்கும் 1964க்கும் இடையே பிறந்த, 'பேபி பூமர்கள்' என்று அழைக்கப்படுகின்ற மக்கள் குழுவினர், அடுத்தப் பத்து ஆண்டுகளில், ஒரு நாளைக்கு 10,000 என்ற எண்ணிக்கையில் வேலையிலிருந்து ஓய்வு பெறுவர். பெரும் எண்ணிக்கையில் மூத்தக் குடிமக்களின் எண்ணிக்கை அதிகரிக்கும். வாழ்க்கைமுறை, ஆரோக்கியம், மருத்துவம், பயணம், போக்குவரத்து ஆகியவை உட்படப் பல துறைகளில் அவர்களின் தேவைகளும் விருப்பங்களும், புதிய பொருட்கள் மற்றும் சேவைகளுக்கான பிரம்மாண்டமான சந்தைகளை உருவாக்கும். இதனால் எண்ணற்ற நிறுவனங்கள் உருவாகும்.

அமெரிக்காவின் குளிரான வடக்குப் பகுதியிலிருந்து மிதவெப்பமான தெற்குப் பகுதியை நோக்கிப் பெரும் எண்ணிக்கையில் மக்கள் குடிபெயர்ந்தபோது, வீடுகளின் கட்டுமானம், சில்லறை விற்பனை, மருத்துவ வசதி, வாழ்க்கைமுறைப் பொருட்கள், மருத்துவக்

காப்பீடு போன்ற பல துறைகளில் பெரும் மாற்றங்கள் ஏற்பட்டன, வாய்ப்புகள் குவிந்தன.

6. விழுமியங்கள் மற்றும் கண்ணோட்டங்களில் ஏற்படுகின்ற மாற்றம்

கண்ணோட்டங்களில் ஏற்படுகின்ற மாற்றங்கள்கூடப் புத்தாக்க மாற்றங்களுக்கு இட்டுச் செல்லக்கூடும். எடுத்துக்காட்டாக, முந்தைய தலைமுறையோடு ஒப்பிடுகையில், இப்போது ஆரோக்கிய உணவுகள் மற்றும் உடற்பயிற்சிக்கு அதிக முக்கியத்துவம் கொடுக்கப்படுகிறது. உடல் ஆரோக்கியம், நீண்ட ஆயுள், அதிக ஆற்றல் போன்றவற்றின்மீது அதிக அக்கறை காட்டப்படுவதால், இயற்கை வேளாண்மை மூலம் விளைவிக்கப்படும் பொருட்கள், ஊட்டச்சத்து மாத்திரைகள் போன்றவற்றுக்கான மோகம் பெருமளவு அதிகரித்துள்ளது. 1935 இல் 60 ஆக இருந்த அமெரிக்க மக்களின் சராசரி ஆயுள், 2014 இல் 80 ஆக உயர்ந்தது. அதிக எண்ணிக்கையிலான மக்கள் நீண்டகாலமும் ஆரோக்கியமாகவும் வாழ விரும்புகின்றனர். இவர்களுடைய தேவைகளை ஈடுகட்டுவதற்கான புதுமைப் பொருட்களை உற்பத்தி செய்கின்ற தொழில்களுக்கு மவுசு கூடியுள்ளது.

7. புதிய அறிவு

அறிவியல் சார்ந்த மற்றும் அறிவியல் சாராத அறிவு, புதிய பொருளாதாரப் போக்குகளையும், புதிய வாய்ப்புகளையும், முற்றிலும் புதிய தொழிற்துறைகளையும்கூட உருவாக்கிக் கொண்டிருக்கிறது.

ஒரு கணினியில் இருக்கின்ற கிட்டத்தட்ட அனைத்து அம்சங்களையும் ஒரு கைக்கணினியில் அடக்கியதன்

மூலம், ஆப்பிளின் ஐபாட், தனிநபர் கணினிகளின் விற்பனையைக் கணிசமாகக் குறைத்துவிட்டது. அதே நேரத்தில், கைக்கணினியிலும் அலைபேசியிலும் செயல்படுகின்ற செயலிகளை உருவாக்குகின்ற பல தொழில்கள் கொழித்துக் கொண்டிருக்கின்றன.

ஆனால், புதிய அறிவு நம்பத்தக்கப் புத்தாக்க முறை அல்ல. ஏனெனில், சந்தைக்குள் நுழைவது என்பது ஒரு நீண்டகாலச் செயல்பாடு. புதிய அறிவின் விளைவால் என்ன நடக்கும் என்பதைத் துல்லியமாக முன்கூட்டிய அறிந்து கொள்வது கடினம்.

செயல்முறைப் பயிற்சிகள்

1. படுவேகமாக மாறிக் கொண்டிருக்கின்ற இன்றைய சூழலில், உங்களுடைய தற்போதைய அறிவு மற்றும் அனுபவத்தின் அடிப்படையில் உங்களுடைய தொழிலை நீங்கள் முதலிலிருந்து மீண்டும் துவக்கப் போவதாகக் கற்பனை செய்து கொள்ளுங்கள். அப்போது நீங்கள் எதைத் துவக்குவீர்கள், எதைக் கழற்றி விட்டுவிடுவீர்கள்?
2. இன்று உங்களுடைய தொழிற்துறையில் நிலவுகின்ற முக்கியமான போக்குகள் சிலவற்றை அடையாளம் காணுங்கள். அந்தப் போக்குகள் அடுத்த ஐந்து ஆண்டுகளில் எப்படி இருக்கும் என்று கணியுங்கள். அதை எதிர்கொள்கின்ற நிலையில் உங்களுடைய உற்பத்திப் பொருள் அல்லது நீங்கள் வழங்குகின்ற சேவை இருக்குமா?

அத்தியாயம் பத்தொன்பது

காலாவதியான பொருட்களுக்குப் புத்துயிரூட்டப் பத்துப் புதுமைத் தீர்வுகள்

உங்களுடைய உற்பத்திப் பொருள் அல்லது சேவை, உங்களுடைய தொழிலில் அல்லது தொழிற்துறையில், நீங்கள் இன்று இருந்து கொண்டிருக்கின்ற இடத்திற்கு உங்களைக் கொண்டுவந்து சேர்த்திருக்கலாம். ஆனால், இதைவிட உயரமான இடத்திற்கு அதனால் உங்களைக் கொண்டு சென்று சேர்க்க முடியாது. இன்னும் ஐந்தாண்டுகள் கழித்து மக்கள் பயன்படுத்தப் போகின்ற பொருட்களில் 80 சதவீதம் இன்று கண்டுபிடிக்கப்பட்டிருக்கவே இல்லை. அதாவது, இன்று சந்தையில் இருக்கின்ற பொருட்களில், உங்களுடையது உட்பட, இருபது சதவீதப் பொருட்கள், ஓராண்டுக்குள்

காலாவதியாகிவிடும் என்பது அதன் அர்த்தம். அவற்றைவிட அதிக வசீகரமான பொருட்களை நோக்கி வாடிக்கையாளர்கள் நகர்ந்துவிடுவர்.

இப்படிப் பொருட்கள் காலாவதியாகின்ற பிரச்சனை நம்மை மலைக்க வைக்கக்கூடும் என்றாலும், சரியான கேள்விகளைக் கேட்பதன் மூலம் படைப்பாற்றல்மிக்கத் தீர்வுகளை நம்மால் பெற முடியும். உங்களுடைய பொருட்கள் குறித்துத் தொடர்ந்து கேள்விகள் கேட்டு, நிறுவனத்தை இன்னும் அதிக இலாபகரமாக இயங்க வைப்பதற்குத் தேவையான படைப்பாற்றல்மிக்க யோசனைகளைத் தூண்டுங்கள்.

நீங்கள் கேட்டுப் பதில் பெறுவதற்கு உகந்த சில கேள்விகள் இதோ:

1. உங்களுடைய பொருட்களை வேறு பயன்பாட்டிற்குப் பயன்படுத்த முடியுமா?

உங்களுடைய பொருட்களை வேறு நிறுவனங்கள், வேறு தொழிற்துறைகள் அல்லது வேறு வாடிக்கையாளர்களால் பயன்படுத்த முடியுமா? உங்களிடம் ஒரு நல்ல பொருள் இருந்து, அதை உங்களுடைய வாடிக்கையாளர்கள் வாங்கவில்லை என்றால், பொருளை மாற்றுவதற்குப் பதிலாக, நீங்கள் வாடிக்கையாளர்களை மாற்ற வேண்டும். ஒருவேளை, நீங்கள் உங்களுடைய விற்பனை மற்றும் சந்தைப்படுத்துதல் முயற்சிகளைத் தவறான இடத்தில் மேற்கொண்டு இருக்கக்கூடும்.

2. போட்டியாளர்களின் அம்சங்களைப் பிரதியெடுப்பதன் மூலம் உங்களுடைய பொருட்களை மேம்படுத்த முடியுமா?

உங்களுடைய வெற்றிகரமான போட்டியாளர்களின் பொருட்களை வியந்து பாராட்டுவதும், பின்

அவர்களுடைய பொருட்களைவிட உங்களுடைய பொருட்களை மேம்பட்டவையாக ஆக்குவதற்கான வழிமுறைகளை ஆராய்வதும் தொழிலுலகில் நீங்கள் செய்யக்கூடிய ஒரு புத்திசாலித்தனமான காரியமாக இருக்கும். வேறு ஒரு துறையில் ஏற்பட்டுள்ள புதுமைகளை அல்லது தொழில்நுட்ப மேம்பாட்டை உங்களுடைய துறைக்கு மாற்றிக் கொள்ள முடியுமா என்று நீங்கள் ஆராயலாம். ஹென்ரி ஃபோர்டு, ஓர் இறைச்சித் தொழிற்சாலையிலிருந்துதான், தன்னுடைய கார் தொழிற்சாலைத் தயாரிப்பில் வரிசை முறையை அறிமுகப்படுத்தினார். உங்களைச் சுற்றி, நீங்கள் பிரதியெடுக்கக்கூடிய வெற்றிகரமான நிறுவனங்கள் இருக்கின்றனவா?

3. உங்களுடைய பொருள் முற்றிலும் வித்தியாசமாகத் தோன்றுகின்ற விதத்தில் அதில் ஏதாவது மாற்றங்களைச் செய்ய முடியுமா?

உங்களுடைய பொருட்களுக்கு ஒரு புதிய பொலிவை உங்களால் வழங்க முடியுமா? 1940களில் வால்ட் டிஸ்னியும் ராய் டிஸ்னியும் கோபன்ஹேகனுக்குச் சென்றிருந்தபோது, அங்கிருந்த திவோலி பூங்காவுக்குச் சென்றிருந்தனர். அந்த இடம் மிகச் சுத்தமாக இருந்ததைக் கண்டு அவர்கள் வியந்தனர். அக்கட்டத்தில் அமெரிக்காவிலிருந்த உல்லாசப் பூங்காக்கள் குப்பைக் கூளங்களோடு அசுத்தமாக இருந்தன. அக்கணத்திலேயே வால்ட் டிஸ்னி தன் மனத்தில் டிஸ்னிலேன்டை உருவாக்கிவிட்டார். “பெற்றோர் தங்களுடைய குழந்தைகளை மகிழ்ச்சியுடன் மீண்டும் மீண்டும் அழைத்து வருகின்ற, அழகான, சுத்தமான உல்லாசப் பூங்கா ஒன்றை நான் உருவாக்கப் போகிறேன்!” என்று அவர் தன் மனத்திற்குள் சூளுரைத்துக் கொண்டார். அடுத்து நடந்தவற்றை உலகமறியும்.

4. உங்களால் உங்களுடைய பொருளை உருப்பெருக்க முடியுமா?

உங்களால் உங்களுடைய பொருளைப் பெரிதாக, வலுவானதாக, பளபளப்பானதாக ஆக்க முடியுமா? வாடிக்கையாளர்களுக்கு இன்னும் அதிக வசீகரமானதாக அதை உங்களால் ஆக்க முடியுமா? நான் ஆண்டுதோறும் குடும்பத்துடன் ஒரு வாரம் கரீபியத் தீவுகளுக்கு உல்லாசக் கப்பலில் பயணம் செய்வதை வழக்கமாக வைத்திருந்தேன். நான் பயணித்தக் கப்பலின் பெயர் 'த அலூர் ஆஃப் த சீஸ்'. அது உலகிலேயே மிகப் பெரிய உல்லாசக் கப்பல். 5,000 பேர் பயணம் செய்யக்கூடிய அளவுக்கு அது பெரிதாக இருந்தது. அது பாலைவனத்திலிருந்து மழைக்காடுகள்வரை ஏழு விதமான சுற்றுச்சூழல்களைக் கொண்டிருந்தது. அதில் எண்ணற்ற உணவகங்கள் இருந்தன.

5. உங்களால் உங்களுடைய பொருளைச் சுருக்கிக் கொள்ள முடியுமா?

உங்களுடைய பொருளை உங்களால் சிறியதாக, உயரம் குறைவானதாக, மலிவானதாக ஆக்க முடியுமா? இப்போது உங்களிடம் இருக்கின்ற பொருளிலுள்ள எதை நீக்கி அதன் அளவை உங்களால் குறைக்க முடியும்? அதன் பகுதிகளைப் பிரித்து உங்களால் தனித்தனியாக விற்க முடியுமா?

6. உங்களுடைய பொருளுக்கு மாற்று ஒன்றை உருவாக்க முடியுமா?

உங்களுடைய பொருளின் உற்பத்தியில் இப்போது நீங்கள் பயன்படுத்துகின்ற கச்சாப் பொருட்களுக்குப் பதிலாக வேறு எதையாவது பயன்படுத்த

முடியுமா? உங்களுடைய உற்பத்திச் செயல்முறை, விநியோக முறை போன்றவற்றை உங்களால் மாற்ற முடியுமா? உங்களுடைய விளம்பரத்தை மாற்றினால் எப்படியிருக்கும்? அல்லது, உங்களுடைய பொருளின் பேக்கேஜிங்கை மாற்றினால் அது எப்படித் தோன்றும்?

7. உங்களுடைய பொருட்களின் பாகங்களை ஒன்றுக்கொன்று இடம் மாற்ற முடியுமா?

உங்களுடைய வாடிக்கையாளர்களுக்கு உங்களுடைய பொருளை வசீகரமானதாக ஆக்குவதற்கு, மலிவானதாக ஆக்குவதற்கு அல்லது விற்பனைக்கு மேலும் உகந்ததாக ஆக்குவதற்கு, உங்களால் உங்களுடைய பொருளின் பாகங்களை ஒன்றுக்கொன்று இடம் மாற்ற முடியுமா?

8. உங்களுடைய சிந்தனையைத் தலைகீழாக மாற்றி, உங்களுடைய தற்போதைய அணுகுமுறைக்கு நேர் எதிரான நிலைப்பாட்டை உங்களால் எடுக்க முடியுமா?

சில ஆண்டுகளுக்கு முன்பு, என்னுடைய பொருட்களில் ஒன்றின் அளவுக்கதிகமான இருப்பைக் காலி செய்வதற்காக, அதன் விலையைக் குறைப்பதற்குப் பதிலாக நான் அதன் விலையைக் கூட்டினேன். அதில் ஒரு சில பொருட்களை இலவசமாகச் சேர்த்தோம். பல மாதங்களாக விற்காமல் இருந்த அப்பொருள், இப்போது விலையுயர்ந்த ஒரு பொருளாகத் தோற்றமளித்ததால் உடனடியாக விற்றுத் தீர்ந்துவிட்டது.

9. உங்களுடைய பொருளை வேறு ஏதாவது ஒன்றுடன் சேர்த்துக் கொள்ள முடியுமா?

நீங்கள் விற்றுக் கொண்டிருக்கின்ற பொருளை, அதன் மதிப்பைக் கூட்டுவதற்காக வேறு ஏதாவது பொருட்களுடன் பிணைக்க முடியுமா? ஒரு வாடிக்கையாளர் வாங்க விரும்புகின்ற பல பொருட்களை நீங்கள் ஒன்றாகப் பிணைத்துக் கொடுத்தால், வாடிக்கையாளர்களுக்குத் தனித்தனியாக வாங்கிக் கொள்ள வேண்டிய சிரமம் குறையும் என்பதால், அவர்கள் அதை அதிகமாக வாங்கத் தொடங்குவர்.

10. உங்களுடைய உற்பத்திப் பொருளின் உப பொருள் எதையாவது உங்களால் விற்க முடியுமா?

இசிஜி எலெக்ட்ரோட்ஸ் என்ற நிறுவனம் உற்பத்தி செய்து விற்றுக் கொண்டிருந்த ஒரு வட்ட வடிவப் பொருளின் நடுப்பகுதியில் மூன்று அங்குல விட்டத்தில் ஓர் ஓட்டை இருக்கும். அந்த ஓட்டை போடுவதற்காக வெட்டப்பட்டப் பொருள் முதலில் தூரப் போடப்பட்டது. பின்னர் ஒரு நாள், அந்த நிறுவனம், அந்த மூன்று அங்குல வட்ட வடிவப் பொருளுக்குப் பலவிதமான பயன்களைக் கண்டுபிடித்தது. கதவுகள் சுவரில் இடிக்காமல் தடுப்பதற்கு, சுவரில் படங்கள் மாட்டப்படுகின்றபோது அவை அந்தச் சுவரை உரசாமல் இருப்பதற்கு, பயணிகள் தங்களுடைய பயணப்பெட்டிகளை அடையாளம் காண்பதற்கு ஆகியவற்றுக்கு அந்த நிறுவனம் அந்தப் பொருளை இலவசமாக விநியோகித்தது. முதலில் குப்பையில் எறியப்பட்டுக் கொண்டிருந்த அந்தப் பொருள் இப்போது அந்த நிறுவனத்திற்கு நல்ல விளம்பரத்தைப் பெற்றுக் கொடுத்தது. உங்களுடைய

வாடிக்கையாளர்கள் எதை விரும்புகின்றனர்? உங்களுடைய போட்டியாளர்களைவிட மேம்பட்ட வாடிக்கையாளர் அனுபவத்தை உங்களால் எப்படி வழங்க முடியும்? இப்படிப்பட்டக் கேள்விகளுக்கு வரம்பே கிடையாது.

செயல்முறைப் பயிற்சிகள்

1. உங்களுடைய வாடிக்கையாளர்களை ஈர்ப்பதற்கு உங்களுடைய பொருளை எந்த மூன்று வழிகளில் மேம்படுத்தலாம் என்பதை அடையாளம் காணுங்கள்.
2. உங்களுடைய வாடிக்கையாளர்களில் சிறந்த பத்துப் பேரை அழைத்து, உங்களுடைய பொருளை எந்த வழியில் மேம்படுத்தலாம் என்று அவர்கள் கருதுகிறார்கள் என்று அவர்களிடம் கேளுங்கள். அவர்கள் உங்களுக்கு அளிக்கின்ற யோசனைகளின் எண்ணிக்கையைக் கண்டு நீங்கள் பிரமிப்படைவீர்கள்.

அத்தியாயம் இருபது

மதிப்புப் பொறியியல் கோட்பாடு

மதிப்புப் பொறியியல் என்பது சில முக்கியமான கேள்விகளைக் கேட்பதன் மூலம் ஒரு புதிய பொருள் எந்த அளவுக்குப் பயனுள்ளதாக இருக்கிறது என்பதை மதிப்பிடுவதற்கான ஓர் எளிய முறையாகும். அக்கேள்விகளில் சில:

1. உங்களுடைய பொருள் அல்லது சேவை என்ன என்பதை வாடிக்கையாளர்களின் மனநிலையிலிருந்து விவரியுங்கள்.
2. துல்லியமாக அது என்ன செய்கிறது? வாடிக்கையாளரின் வாழ்க்கையை அல்லது வேலையை அது எப்படி மேம்படுத்துகிறது?
3. அதன் விலை என்ன?

4. அதே வேலையை வேறு எதனால் செய்ய முடியும்?
5. அதன் மாற்றுப் பொருளின் விலை என்ன?

மனிதன் அடிப்படையில் ஒரு பொருளாதாரவாதி. மற்ற விஷயங்கள் சரியாக இருக்கின்ற பட்சத்தில், நாம் அனைவருமே, ஒரு பொருளை மிக மிக மலிவான விலையிலேயே வாங்க விரும்புவோம். உங்களுடைய வாடிக்கையாளர்கள் உங்களுடைய பொருளை உங்களுடைய போட்டியாளரின் பொருளை ஒத்த ஒன்றாகக் கருதுகின்றபோது, நீங்கள் சந்தையில் நீடிக்க வேண்டுமென்றால், உங்களுடைய போட்டியாளர் விற்கின்ற அதே விலையில் அல்லது அதைவிடக் குறைவான விலையில்தான் நீங்கள் அதை விற்றாக வேண்டும்.

இந்த மதிப்புப் பொறியியல் கோட்பாட்டை நீங்கள் கணக்கில் எடுத்துக் கொண்டால், நீங்கள் உங்களுடைய வேலைகளில் பலவற்றை வெளியாட்களிடம் ஒப்படைக்கின்ற முடிவை எடுப்பீர்கள். நீங்களே அந்த வேலைகளைச் செய்யாமல், அதைச் செய்கின்ற நிபுணத்துவம் பெற்ற நபர்களிடம் அல்லது நிறுவனத்திடம் அந்த வேலைகளை ஒப்படைப்பது பணத்தை மிச்சப்படுத்தும் என்று நீங்கள் நினைப்பீர்கள்.

தரமான பொருட்களை அல்லது சேவையை மலிவான விலையில் கொடுக்க வேண்டும் என்பதற்கான தேவைதான், வெளி நிறுவனங்களிடம் ஒப்படைத்தல் அல்லது வெளிநாடுகளிலுள்ள மலிவான உழைப்பைப் பயன்படுத்திக் கொள்ளுதல் போன்றவற்றைத் தூண்டுகிறது. இதன் காரணமாகத்தான் பல நிறுவனங்கள் தம்முடைய உற்பத்தி மையங்களை ஆசியாவுக்கும் ஆப்பிரிக்காவுக்கும் மாற்றிக் கொண்டிருக்கின்றன.

செயல்முறைப் பயிற்சிகள்

1. உங்களுடைய பொருள், உங்களுடைய வாடிக்கையாளர்களின் வாழ்க்கையை அல்லது வேலையை எப்படி மேம்படுத்துகிறது என்று விவரியுங்கள். அதை மேலும் மேம்படுத்துவதற்கு நீங்கள் என்ன செய்ய வேண்டும்?
2. தாங்கள் விரும்புகின்ற ஒன்றைச் செய்வதற்காகத்தான் உங்களுடைய வாடிக்கையாளர்கள் உங்களுடைய பொருளை வாங்குகின்றனர். அவர்களுடைய வேறு என்ன தேவையை உங்களுடைய பொருளால் நிறைவேற்ற முடியும்?

அத்தியாயம் இருபத்தொன்று

உங்களுடைய யோசனைகளை மதிப்பிடுங்கள்

யோசனைகளுக்குப் பஞ்சமேயில்லை. தீவிரமான ஆய்வுகள் மற்றும் சோதனைகளுக்குப் பிறகு அறிமுகப்படுத்தப்படுகின்றவை உட்பட, புதிதாகச் சந்தையில் அறிமுகப்படுத்தப்படுகின்ற பொருட்களில் 80 சதவீதம் வெற்றி பெறுவதில்லை. 99 சதவீத யோசனைகள் நடைமுறைக்கு ஏற்றவையாக இருப்பதில்லை. அதனால், உங்களுடைய யோசனைகளைத் தீவிரமான ஆய்வுகளுக்கு உட்படுத்துங்கள்.

எல்லாவற்றுக்கும் மேலாக, உங்களுடைய யோசனை பயனுள்ளதாக இருக்கிறதா? அது வேலை செய்யுமா? அது குறிப்பிடத்தக்க வித்தியாசத்தை ஏற்படுத்துமா? தற்போதைய சூழலில் ஓர் அர்த்தமுள்ள மேம்பாட்டை அதனால் ஏற்படுத்த முடியுமா?

செயல்திறன்

உங்களுடைய புதிய பொருள் அல்லது சேவை, செயல்திறனுடன் இருக்கிறதா? அது தற்போது நிலவிக் கொண்டிருக்கின்ற சூழலை மேம்படுத்துமா? தங்களுடைய பொருளைத் தாங்கள் அர்ப்பணிப்புடனும் திறமையாகவும் விற்கின்ற ஒரே காரணத்தால் மக்கள் அதை வாங்கிக் கொள்வார்கள் என்ற மிதப்புடன் சந்தைக்குள் நுழைகின்ற எண்ணற்ற நபர்களை நான் பார்த்துள்ளேன். ஆனால், முதலில் நீங்கள் செய்ய வேண்டியது என்ன தெரியுமா? இக்கேள்வியை உங்களை நோக்கிக் கேட்டுக் கொள்ள வேண்டும்: "மக்கள் தற்போது திருப்தியுடன் வாங்கிக் கொண்டிருக்கும் பொருளை வாங்குவதை நிறுத்திவிட்டு, எதற்காக உங்களுடைய பொருளை வாங்க வேண்டும்?"

உங்களுடைய பொருள், தற்போது சந்தையில் இருக்கின்ற பொருட்களைவிடக் குறிப்பிடத்தக்க அளவு மேம்பாட்டுடன் இருத்தல் மிகவும் அவசியம்.

பொருத்தம்

உங்களுடைய புதிய பொருள் மனித இயல்போடு பொருந்திப் போகின்ற ஒன்றாக இருக்கிறதா? மக்கள் தற்போது பொருட்களை வாங்கிக் கொண்டிருக்கும் விதத்தோடு அது ஒத்திசைவாக இருக்கிறதா? எடுத்துக்காட்டாக, இப்போதெல்லாம் பெரும்பாலான மக்கள், ஓர் உடை உடுத்தி, நடை நடந்து ஒரு கடைக்குச் சென்று பொருட்களை வாங்குகின்ற சிரமத்திற்கு ஆளாக விரும்புவதில்லை. அவர்கள் தங்களுடைய அலைபேசியில் ஆர்டர் கொடுத்து, சில மணி நேரத்திற்குள் அவற்றைப் பெற்றுக் கொள்ளவே விரும்புகின்றனர். அதே நேரத்தில், நேரடியாகக் கடைக்குச் செல்ல விரும்புபவர்களும் இருக்கத்தான் செய்கிறார்கள். ஏனெனில், அவர்கள் பொருட்களைக்

கண்ணால் பார்க்கின்ற, தொட்டுணர்கின்ற, முகர்ந்து பார்க்கின்ற, சில சமயங்களில் ருசி பார்க்கின்ற அனுபவத்தைப் பெற விரும்புகின்றனர்.

மக்கள் பொருட்களை வாங்குவதற்குத் தேர்ந்தெடுக்கின்ற, மேற்குறிப்பிடப்பட்டுள்ள முறைகளில், நீங்கள் விற்கின்ற பொருள் எதில் இடம்பெறுகிறது?

உங்களுக்குப் பிடித்திருக்கிறதா?

முதலில் உங்களுடைய புதிய பொருள் உங்களுக்குப் பிடித்திருக்கிறதா? வேறு யாராவது அதைச் சந்தையில் விற்றால், அதை நீங்கள் வாங்கிப் பயன்படுத்துவீர்களா? அதை நீங்கள் உங்களுடைய குடும்பத்தார், உறவினர்கள் மற்றும் நெருக்கமான நண்பர்களுக்குப் பரிந்துரைப்பீர்களா? இன்று நிலவுகின்ற கடும் போட்டிச் சூழலில், எந்தப் பொருட்களை அவற்றின் உரிமையாளர்கள் அல்லது அவற்றை விற்கின்ற நிறுவனத்தின் உயரதிகாரிகள் வாங்கவும், பயன்படுத்தவும், பரிந்துரைக்கவும் செய்வார்களோ, அந்தப் பொருட்களால் மட்டுமே சந்தையில் புகுந்து கோலோச்ச முடியும்.

உங்களுடைய புதிய பொருள் அல்லது சேவை உங்களுடைய இலக்கோடு ஒத்திசைவாக இருக்கிறதா? அந்த யோசனைக்கு நீங்கள் உங்களை முழுமையாக அர்ப்பணித்துக் கொள்ளத் தயாராக இருப்பீர்களா? அப்படி இல்லையெனில், நீங்கள் அதில் இறங்கக்கூடாது.

அது எளிமையாக இருக்கிறதா?

இறுதியாக, அது எளிமையாக இருக்கிறதா? எப்படிக் கூட்டிக் கழித்துப் பார்த்தாலும், வெற்றிகரமான அனைத்துப் புத்தாக்க முயற்சிகளும் எளிமையானவையாகத்தான் இருந்துள்ளன. இருபத்தைந்து வார்த்தைகளுக்குள் விளக்க

முடியக்கூடியதாக அது இருக்க வேண்டும். அந்த விளக்கத்தைக் கேட்கின்ற மக்கள், "ஆகா! இதைத்தான் நான் இவ்வளவு நாட்களாக எதிர்பார்த்துக் கொண்டிருந்தேன். இதுதான் எனக்குத் தேவை. அது சந்தைக்கு வந்தால், அதை நான் கண்டிப்பாக வாங்கிக் கொள்வேன்!" என்று வியந்து கூறுகின்ற நிலையில் அது இருக்க வேண்டும்.

ஒரு புதிய பொருளை அறிமுகப்படுத்துகின்றபோது, அது எளிமையாக இருப்பதுதான் எல்லாவற்றையும்விட மிக முக்கியம். ஏனெனில், அதைச் சாதாராணமானவர்கள்தாம் விற்கப் போகின்றனர். உங்களுடைய பொருள் எளிமையாக இல்லாமலிருந்து, சிக்கலாக இருந்தால், அந்தச் சாமானியர்களால் அதைப் பிறருக்கு விளக்கிப் புரிய வைக்க முடியாது. அதேபோல, சாதாரணமானவர்கள்தாம் உங்களுடைய பொருட்களை வாங்கப் போகின்றனர். உங்களுடைய பொருள் எளிமையாக இல்லாமலிருந்து, சிக்கலாக இருந்தால், அந்தச் சாமானியர்களால் அதைப் புரிந்து கொள்ள முடியாது, அதன் முக்கியத்துவத்தைக் கிரகித்துக் கொள்ள முடியாது.

நேரம் கைகூடி வந்துள்ளதா? இக்கணத்தில் அது நடைமுறைச் சாத்தியமானதா? பல நேரங்களில் ஒரு புதிய பொருள், அது வர வேண்டிய வேளைக்குச் சற்று முன்னதாகவோ அல்லது சற்றுப் பின்னதாகவோ சந்தைக்கு வரக்கூடும். எடுத்துக்காட்டாக, பொருளாதார மந்தநிலை நிலவிக் கொண்டிருக்கின்ற வேளையில் ஓர் ஆடம்பரப் பொருள் அறிமுகப்படுத்தப்பட்டால், அது தோல்வியடைந்துவிடும். அதேபோல, பொருளாதாரம் கொழித்துக் கொண்டிருக்கின்ற ஒரு சூழலில் தள்ளுபடிப் பொருட்களால் பெரிய தாக்கம் ஏற்படுத்த முடியாது.

அது சாத்தியம்தானா? இந்த அளவுக்கு நேரம், பணம், உழைப்பு மற்றும் பிற வள வசதிகளைக் கொட்டி ஒரு புதிய பொருளை உருவாக்குவது திருப்தியளிக்கின்ற ஒன்றாக இருக்குமா?

செயல்முறைப் பயிற்சிகள்

1. உங்களுடைய பொருள் அல்லது சேவை யோசனை குறித்து 'ஈவு இரக்கமற்றக் கேள்விகளைக்' கேளுங்கள். அதை அறிமுகப்படுத்துவதற்கு முன்பு, வாடிக்கையாளர்களின் கருத்துகளைப் பெற முயலுங்கள்.
2. தொழில் வெற்றிக்கான பொன் விதிகளை நினைவில் வைத்திருங்கள். விதி ஒன்று: வாடிக்கையாளர் கூற்றே எப்போதும் சரி. விதி இரண்டு: சந்தேகம் ஏற்படும்போதெல்லாம், விதி எண் ஒன்றை நினைவுபடுத்திக் கொள்ள வேண்டும்.

முடிவுரை

ஒரு மேதையாக மிளிர்வதற்குத் தேவையான அனைத்துச் சாத்தியக்கூறுகளும் உங்களிடம் இருக்கின்றன. ஒரு நூறு பிறவிகள்வரைகூடப் பயன்படுத்துவதற்குத் தேவையான ஆற்றல் உங்களிடம் இருக்கிறது. மூளை நிபுணரான டோனி புசானின் கருத்துப்படி, உங்களுடைய மூளையில் இருக்கின்ற சுமார் 10,000 கோடி மூளை அணுக்களைக் கொண்டு உங்களால் உருவாக்கிக் கொள்ள முடிகின்ற எண்ணங்கள் மற்றும் யோசனைகளின் எண்ணிக்கை, இந்தப் பேரண்டத்தில் இருக்கின்ற மொத்த மூலக்கூறுகளின் எண்ணிக்கையைவிடப் பெரிது.

ஒரு மிகப் பெரிய சந்தையில் மிக அதிகமான வாடிக்கையாளர்களுக்கு விற்பதற்கு ஏற்ற மிகச் சிறந்த பொருட்களைத் தயாரிப்பதற்குத் தேவையான மாபெரும் யோசனைகளைத் தொடர்ச்சியாக

உருவாக்கித் தள்ளுவதற்கான ஆற்றல் உங்களுக்குள் புதைந்திருக்கிறது. இந்த நூலில் இடம்பெற்றுள்ள கேள்விகளைக் கேட்டு அவற்றுக்கு பதிலளிப்பதன் மூலம், வண்ண விளக்குகளால் அலங்கரிக்கப்பட்டு ஜொலித்துக் கொண்டிருக்கின்ற ஒரு கிறிஸ்துமஸ் மரத்தைப்போல, ஒவ்வொரு நாளும் உங்களுடைய மனத்தில் புதிய யோசனைகள் களிநடனம் புரிந்து கொண்டிருக்கும்.

PSV குமாரசாமி

இவர் ஒரு கவிஞர். மொழிபெயர்ப்பாளர். சுற்றுச்சூழல் ஆர்வலர். மலையேற்றப் பயிற்றுவிப்பாளர். புகைப்படம் எடுப்பதில் அலாதி ஆர்வம் உடையவர். ஊர் சுற்றுவதில் ஏக விருப்பமுடையவர். இவரது பல்லாண்டுகால மொழிபெயர்ப்பு அனுபவத்தில் எண்பதுக்கும் மேற்பட்ட நூல்கள், எண்ணற்றக் கட்டுரைகள் மற்றும் கவிதைகள் வெளிவந்துள்ளன. இலக்கியம், சுயமுன்னேற்றம், சுற்றுச்சூழல், பொருளாதாரம், அறிவியல் போன்ற பல்வேறு துறைகள் தொடர்பான நூல்கள் அவற்றில் அடங்கும்.

ரோன்டா பைர்னின் உலகப் புகழ்பெற்ற நூலான 'இரகசியம்', டோனி ஜோசஃபின் 'ஆதி இந்தியர்கள்', ஸ்டீபன் ஹாக்கிங்கின் 'ஆழமான கேள்விகள் அறிவார்ந்த பதில்கள்' போன்றவை இவருடைய மொழியாக்கத்தில் வெளிவந்துள்ள நூல்களில் குறிப்பிடத்தக்கவை.

இவர் தன் மனைவி திருமதி நாகலட்சுமி சண்முகம் அவர்களுடனும் தன் மகன்கள் இருவருடனும் தற்போது மும்பையில் வசித்து வருகிறார்.

ஆசிரியர்

பிரையன் டிரேசி

உலகில் இன்று தலைசிறந்த வியாபாரப் பேச்சாளர்களில் ஒருவராகத் திகழ்பவர் பிரையன் டிரேசி. 75 நாடுகளைச் சேர்ந்த 1,000க்கும் அதிகமான பெருநிறுவனங்களுக்கும் 10,000க்கும் அதிகமான சிறிய மற்றும் நடுத்தர நிறுவனங்களுக்கும் தலைமைத்துவம், மேலாண்மை, விற்பனை, வியாபார மாதிரி மறுசீரமைப்பு, இலாப மேம்பாடு ஆகிய விஷயங்களில் பல கருத்தரங்குகளை அவர் வடிவமைத்து வழங்கியுள்ளார்.

உலகம் நெடுகிலும் 5,000க்கும் அதிகமான சொற்பொழிவுகளை அவர் ஆற்றியுள்ளார். இதை 50,00,000க்கும் அதிகமானோர் கேட்டுள்ளனர். அவர் தற்போது ஒவ்வோர் ஆண்டும் 2,50,000 மக்களிடையே உரையாற்றி வருகிறார். அவர் உருவாக்கியுள்ள சுவாரசியமான, காணொளி சார்ந்த பயிற்சி வகுப்புகள் 38 நாடுகளில் கற்றுக் கொடுக்கப்படுகின்றன.

பிரையன் டிரேசி ஒரு வெற்றிகரமான நூலாசிரியர். அவர் 80க்கும் அதிகமான நூல்களை எழுதியுள்ளார். அவை 42க்கும் அதிகமான மொழிகளில் மொழிபெயர்க்கப்பட்டு இருக்கின்றன.

பிரையன் டிரேசி தன் மனைவியுடன் கலிபோர்னியாவில் சொலானா பீச் நகரில் வசித்து வருகிறார். அவருக்கு நான்கு குழந்தைகளும் ஐந்து பேரக்குழந்தைகளும் உள்ளனர்.